अभिप्राय

जीवनातील यश हे सहजासहजी मिळत नाही, त्यासाठी खडतर प्रयत्न करावे लागतात. धीरूभाईंचे चरित्र याच बाबी सांगत असते. धीरूभाई अंबानी हे एक अजब व्यक्तिमत्व होते. त्याबद्दल शंका घेण्याचे कारण नाही. या माणसाने भारताच्या विकासासाठी दिलेले योगदान खूपच महत्त्वाचे ठरते. गुजराती माणसे कोणताही व्यवसाय प्रचंड निष्ठेने करतात त्यामुळे त्याचा फायदा गुजराती माणसाला मिळतो ही बाब धीरूभाई अंबानी यांनी दाखवून दिली.

दैनिक लोकाशा १९.७.२००९

आत्मभान जागवणारी ग्रंथसंपदा

पुण्यनगरी, ५ फेब्रुवारी, २००९

धीरूभाई अंबानी प्रतिकूलतेवर मात

ज्योती ग्रंथ वार्ता, १५ ऑगस्ट २००९

एका असामान्य जिद्दीची कहाणी

गावदूत, ९.८.२००९

दुर्दम्य आशावादाची कहाणी

समाचार, अहमदनगर, २९-७-२००९

धीरुभाईइझम

धीरुभाई अम्बानींचे कार्यविषयक असामान्य तत्त्वज्ञान

लेखक
ए. जी. कृष्णमूर्ती

प्रस्तावना
मुकेश अम्बानी

अनुवाद
सुप्रिया वकील

मेहता पब्लिशिंग हाऊस

Please contact us at **Mehta Publishing House,** Pune 411030.
✆ +91 020-24476924 / 24460313
Email : production@mehtapublishinghouse.com
Website : www.mehtapublishinghouse.com

- *या पुस्तकातील लेखकाची मते, घटना, वर्णने ही त्या लेखकाची असून, त्याच्याशी प्रकाशक सहमत असतीलच असे नाही.*

DHIRUBHAISM by A. G. KRISHNAMURTHY

Published by Tata McGraw-Hill Publishing Company Ltd., Delhi.
Transaleted in Marathi Language by Supriya Vakil

धीरुभाईझम : ए. जी. कृष्णमूर्ती / व्यक्तिचित्रण

अनुवाद : सुप्रिया वकील
Email : author@mehtapublishinghouse.com

प्रकाशक : सुनील अनिल मेहता, मेहता पब्लिशिंग हाऊस,
१९४१, सदाशिव पेठ, माडीवाले कॉलनी, पुणे – ४११०३०.

प्रकाशनकाल : ऑगस्ट, २००८ / ऑक्टोबर, २००८ / जून, २००९ /
नोव्हेंबर, २०१० / डिसेंबर, २०१२ / मार्च, २०१६ /
पुनर्मुद्रण : जून, २०१९
मुखपृष्ठ : आर. आर. शेठ आणि कंपनी यांच्या सौजन्याने.

P Book ISBN 9788177669824
E Book ISBN 9788184989434
E Books available on : play.google.com/store/books
www.amazon.in
https://books.apple.com

धीरुभाई अम्बानींच्या जगभरातील चाहत्यांना...

'आम्ही माणसांच्या भरवशावर धोका पत्करतो.'

धीरुभाई अम्बानी

अनुक्रमणिका

प्रस्तावना

माझ्या वडिलांनी– धीरुभाई अम्बानींनी अवघ्या तीन दशकांच्या आत एका उत्तुंग उद्योगाची उभारणी केली. हे भव्यदिव्य स्वप्न साकारण्यात त्यांच्या महत्त्वाकांक्षेच्या जोडीला त्यांच्या नसानसांतून दौडणाऱ्या चैतन्याचा सहभाग होताच पण त्यापेक्षाही महत्त्वाचा होता तो त्यांचा प्रतिकूलतेला आव्हान देण्याचा कणखर पिंड. ते नेहमी म्हणायचे त्याप्रमाणे 'अडथळे ही अडवणूक नसते तर ती असते संधी.' अडथळे तुम्हाला त्यातून मार्ग काढण्यास, त्यांच्याशी दोन हात करून, त्यांना चारी मुंड्या चीत करण्यास भाग पाडतात. एखादा पराभव म्हणजे फक्त पुढच्या उडीची तयारी करण्यासाठीचा 'मध्यंतर' असतो, बस! खडतर काळानं तुमच्या प्रयत्नांना अधिक धार चढवली पाहिजे.

त्यांच्यामधील अशा वीरश्रीची पाळंमुळं त्यांच्या रक्तातच होती. माझे आजोबा शाळाशिक्षक होते. पपांचं औपचारिक शिक्षण फार थोडं झालं होतं; पण हे जग हेच त्यांचं विद्यापीठ होतं आणि जीवनातले खाचखळगेच त्यांचे शिक्षक होते. त्यांच्यापाशी ना आर्थिक पाठबळ होतं, ना कुठलं प्रभावी व सामर्थ्यशाली नेटवर्क उपलब्ध होतं... त्यांनी प्रारंभ केला होता तो शून्यातून. त्यांनी त्यांच्या उमेदवारीच्या खडतर काळात जी व्यावसायिक अक्कलहुशारी आत्मसात केली, ती आज रिलायन्सच्या बहुविध उपक्रमांत मूर्त स्वरूपात उतरलेली पाहायला मिळते.

पण आमच्यापैकी काही जण– म्हणजे त्यांच्या कुटुंबातले जवळचे लोक, सहकारी व त्यांचे दीर्घकालीन स्नेही– यांच्या दृष्टीनं त्यांच्याकडून आम्हाला वारशानं मिळालेल्या काही शब्दांपलीकडल्या गोष्टी अत्यंत मौल्यवान आहेत.

मला अनेकदा प्रश्न केला जातो : "धीरुभाई उद्योजकतेच्या शिखरावर कसे पोहोचले?"

ही उंची गाठण्यासाठी त्यांना प्रेरक ठरणारे अनेक घटक मी सांगू शकतो, पण माझ्या दृष्टीनं त्यापैकी एका घटकाचा वाटा सर्वाधिक आहे.

माझ्या वडिलांनी जीवनभर आपल्या देशाला वैभवशाली बनवण्याचं व देशवासीयांच्या कल्याणाचं स्वप्न पाहिलं. त्यांना भारतीय असण्याचा अभिमान होता. त्यामुळं आपला देश इतर देशांच्या बरोबरीला यायला हवा यासाठी त्यांची तळमळ होती. भारतानं मजबूत आणि सुखी-संपन्न देश म्हणून उदयास यावं, इथं शांतता नांदावी त्याचबरोबर भारताचे जगाशीही शांतिपूर्ण संबंध असावेत यासाठी आपलं योगदान असलं पाहिजे असा त्यांचा आग्रह होता आणि त्यांचा हा निश्चय प्रतिकूल परिस्थितीतही अढळ होता. त्यांचा भारतीय लोकांवरचा विश्वासही तितकाच दृढ होता. भारतीय लोकांनी शतकानुशतकं बौद्धिक, सांस्कृतिक व आध्यात्मिक क्षेत्रात दाखवलेल्या कर्तबगारीमुळं त्यांना हा दृढ विश्वास होता. अनुकूल परिस्थिती लाभली तर अजूनही आपली माणसं सर्जनशील कार्याच्या प्रत्येक क्षेत्रात आपल्या कर्तृत्वानं मनुष्यजातीला थक्क करतील याची त्यांना खात्री होती. या संदर्भात विचार केला तर धीरुभाई विचार व कृती यामध्ये अग्रेसर भारतीय देशभक्त होते.

तरुण वयात ते ॲडेनमध्ये पेट्रोल अटेन्डन्ट म्हणून काम करत होते. तेव्हाही त्यांनी सदैव चाकोरीबाहेरचे निराळे मार्ग शोधले ज्यायोगे भारताला व भारतीयांना त्यांचं मोल पुन्हा लक्षात येईल. तीन ध्येयांचा एकाच वेळी पाठपुरावा करणं हाच पुढं जाण्याचा एकमात्र मार्ग आहे अशी त्यांची धारणा होती. ही तीन ध्येयं म्हणजे : दर्जेदार शिक्षण, व्यक्ती व समाज यांचं सबलीकरण, आणि देश व समाजात साहसी वृत्ती बिंबवणं. या तिन्ही आघाड्यांवरील प्रगती समान गतीनं झाली पाहिजे, त्याजोडीनं अर्थव्यवस्थेच्या आधुनिकीकरणासाठी व राज्यकारभार अधिक पारदर्शी व सुलभ होण्यासाठी आवश्यक त्या सामाजिक व भौतिक पायाभूत सुविधांचा विकास झाला पाहिजे असं त्यांचं म्हणणं होतं.

धीरुभाईंनी कॉर्पोरेट जगतात भराऱ्या घ्यायला सुरुवात केली तेव्हा भारतात अशा प्रकारची विचारसरणी सर्वमान्य प्रवाहाच्या विरुद्ध मानली गेली. ते परवाने व 'क्वोटा' युग होतं, त्यामुळं उद्योजकता शृंखलांत बद्ध होती, पण त्यामुळे त्यांचा दुर्दम्य उत्साह जराही कमी झाला नाही. त्यांनी अत्याधुनिक नव्या तांत्रिक बाबींचा व सर्वांत प्रगत व्यवस्थापन पद्धतींचा अवलंब करून त्यांच्या उद्योगाचा जलद विस्तार साधला आणि हाच उद्योग मोठं साम्राज्य बनला. या बदल्यात, त्यांनी कॉर्पोरेट गृहांच्या वंशवृक्षांना तडाखा दिला. राजकीय क्षेत्रातल्या काहींचा व नोकरशाहीचा रोष ओढवून घेतला. तसंच प्रसारमाध्यमांतील काही सामर्थ्यशाली घटकांच्या उपहास व शाब्दिक हल्ल्याला आमंत्रण दिलं.

धीरुभाईंच्या टीकाकारांची व निंदकांची कडवट प्रतिक्रिया असण्याचं कारण

म्हणजे धीरुभाईंनी प्रत्येक टप्प्यातर त्यांच्यातर मात करून यशश्री मिळवली होती. त्यांनी अधिकाधिक भव्यदिव्य स्वप्नं पाहिली, पण ते एवढ्यावरच थांबले नाहीत तर त्यांनी ती स्वप्नं साकार करण्याच्या अपूर्व पद्धतीही शोधल्या. अशीच एक अपूर्व कल्पना म्हणजे– त्यांनी निर्माण केलेल्या संपत्तीत सामान्य नागरिकांना वाटा मिळाला पाहिजे याबाबतची दक्षता. त्यांनी दीनदुबळ्या कमजोर लोकांना त्यांनाही स्वत:साठी, आपल्या मुलाबाळांसाठी उज्ज्वल भविष्याचं स्वप्न कसं साकार करता येऊ शकेल हे उदाहरणानिशी दाखवून दिलं.

भारतीय उद्योगाच्या इतिहासात अशा विशिष्ट दृष्टिकोनामुळं (vision) वैचारिक स्तरावर बदल घडून आला (paradigm shift) याबद्दल कसलाही संदेह नाही. हा दृष्टिकोन बहुसंख्य लोकांमध्ये उद्योजकतेबद्दल सजगता निर्माण होण्यास व भारताला प्रगत देशांच्या पंक्तीत जाऊन बसण्यासाठी गतिमान करण्यास साहाय्यभूत ठरला. भारतीय अर्थव्यवस्थेत सुधारणा घडू लागली आणि तिनं जागतिकीकरणाचा स्वीकार केला तेव्हा तर या विशिष्ट दृष्टिकोनाचं (vision) अत्यंत पुरोगामी स्वरूप आणखी तेजस्वीपणे प्रकट झालं.

मग त्यांनी देशबांधवांना अधिक जोमानं कळकळीचं आवाहन केलं, की तुम्ही मनातली साशंकतेची जळमटं काढून टाका, तुमच्या शब्दकोशातून 'अशक्य' हा शब्दच पुसून टाका आणि अनिश्चिततेच्या काळ्याकुट्ट काळोखात सुद्धा आशेचा दीप तेवत ठेवा. त्यांचं आवाहन होतं, की तुम्ही 'सामर्थ्याची कल्पना' मनात बाळगण्यापेक्षा 'कल्पनांचं सामर्थ्य' या गोष्टीचा विचार करा. मग कुणीही तुमच्यावर मक्तेदारीचा दावा करू शकणार नाही, असं त्यांचं आग्रही प्रतिपादन होतं.

धीरुभाईंच्या कल्पनांनी चाकोरीबद्ध पारंपरिक विचारसरणीला, स्वीकृत मतप्रणालीला व बौद्धिक सुस्ततेला प्रश्न केले आणि ते सुद्धा जन्मजात बुद्धिमत्ता व इथल्या मातीतली सुज्ञता या आयुधांच्या साहाय्यानं.

अशा प्रकारे प्रश्न करण्यामागचा उद्देश होता पेट्रोलच्या प्रत्येक थेंबासाठी सामर्थ्याबरोबरच माणसांमधील सामर्थ्यही दाखवून देणे. त्यांच्या मते, लोकांना ते मान्य करायला तयार असतात त्यापेक्षा अधिक बुद्धीसंपदेचं व निश्चयाचं वरदान लाभलेलं असतं. त्यामुळं ते लोकांना त्यांचं संपूर्ण सामर्थ्य लक्षात आणून देण्यासाठी दिशा दाखवत असत. त्यांच्या अशा प्रकारच्या अनुभवी मार्गदर्शनानं माझ्यासह अनेक लोकांना त्यांची कॉर्पोरेट दीक्षा मिळाली आहे.

धीरुभाईंच्या लेखी, 'रिलायन्स' केवळ एक उद्योग नव्हता, तर त्याहूनही बरंच काही होतं. भव्यदिव्य महत्त्वाकांक्षा पूर्ण करण्यासाठी 'रिलायन्स'च्या एकत्रित

क्षमतेचा पुरेपूर वापर करून घ्यावा लागला. 'रिलायन्स'ला सशक्त व सशक्त बनू पाहणाऱ्या भारताचा जागतिक 'ब्रँड' बनवण्याच्या माझ्या प्रयत्नांना याच विचारधारेचा आधार आहे. आमच्या 'रिलायन्स रिटेल'सारख्या उपक्रमांचा उद्देश अर्थातच गरीब शेतकऱ्यांचं व स्वत:चा 'आवाज' नसलेल्या खेडुत महिलांचं सबलीकरण हाच आहे. हे सगळं कशासाठी? याचं उत्तर स्पष्ट आहे: आमची दृढ श्रद्धा व आमचे व्यवसाय यांचा घट्ट गोफ विणण्यासाठी. आमची दृढ श्रद्धा आहे की, जे भारताच्या दृष्टीनं चांगलं असेल तेच 'रिलायन्स'साठीही चांगलंच असेल.

धीरुभाईंनी जीवनभर भव्यदिव्य, सामर्थ्यशाली स्वप्नं पाहिली, तसंच आम्ही सुद्धा प्रयत्नांची पराकाष्ठा करून मोठमोठी स्वप्नं पाहतोय. आमच्या उद्योगांत हमखास यशप्राप्तीसाठी ते धोका पत्करायला उत्सुक असायचे, यशप्राप्तीसाठी झपाटलेले असायचे, त्यांच्या याच झपाटलेपणातून आम्ही स्फूर्ती मिळवतो. आम्ही त्यांनी घालून दिलेल्या यशप्राप्तीच्या मापदंडांप्रत पोहोचण्याचा प्रयत्न करतो; आपण गुंतवलेल्या प्रत्येक रुपयाचा आपल्याला मिळणारा परतावा हा त्याच क्षेत्रात इतरांनी गुंतवलेल्या प्रत्येक रुपयाच्या परताव्यापेक्षा जास्त असलाच पाहिजे. जगात अन्यत्र कुठल्याही ठिकाणापेक्षा आपली प्रत्येक व्यावसायिक योजना कमी वेळात अमलात आली पाहिजे आणि उत्पादनक्षमतेचा स्तर सर्वोच्चच असला पाहिजे.

या ठिकाणी मी एक व्यक्तिगत गोष्ट सांगतो. आपल्या सहकाऱ्यांनी शक्य तितक्या सर्वोच्च स्तराची कामगिरी करून दाखवण्यासाठी आपण सतत मागणी करत राहिलं पाहिजे ही गोष्ट मी पपांकडून शिकलो. हे साध्य करण्यासाठी तुम्हाला त्यांच्या वैयक्तिक बाबींसंदर्भात दयाळूपणे वागण्याची सुद्धा गरज असते. असहाय्य व कमजोर लोकांच्या जीवनात परिवर्तन घडवण्यासाठी कॉर्पोरेट क्षेत्रातील परहितदक्षता कामी येते यावर त्यांचा विश्वास होता.

पपांनी 'रिलायन्स'च्या उभारणीत अगदी प्राथमिक अवस्थेतच पेट्रोकेमिकल्सचं सामर्थ्य हेरून, 'रिलायन्स'ला झपाट्यानं 'सुपर ब्रँड' कसं बनवलं याची कहाणी या पुस्तकात आहे. त्यांनी सुरू केलेली 'विमल'सुद्धा उत्कट इच्छा-आकांक्षांचं मूर्तिमंत उदाहरण बनली. त्यांनी 'रिलायन्स'मधील गुंतवणूक लक्षावधी लोकांच्या समृद्धीसाठीच्या प्रकल्पात रूपांतरित केली. या प्रक्रियेत ते भारतातील सामान्य स्त्री-पुरुषांपर्यंत पोहोचले. या सर्वांनी त्यांचा दृष्टिकोन समजून घेतला. या सर्वांनी त्यांच्यावर विश्वास ठेवला, त्याचबरोबर त्यांच्यावर आपुलकीचा वर्षावही केला.

धीरुभाईंच्या आयुष्यातील अखेरच्या काही वर्षांमध्ये, त्यांच्या सर्वांत खवचट टीकाकारांनीसुद्धा त्यांच्या कर्तबगारीच्या उत्तुंग भरारीची दखल घेतली. या स्तुतीचं त्यांना आश्चर्य वाटलं नाही, पण त्याचा त्यांना खूप आनंद मात्र झाला होता. त्यांनी

आम्हाला शिकवलं होतं, की फाजील स्तुती करणाऱ्या खुषमस्कऱ्यांपेक्षा द्वेषपूर्ण टीकासुद्धा अधिक महत्त्वाची असते. त्यांची ही शिकवण उपनिषदांतल्या वचनासारखी आहे. ''सत्य सर्वत्र आढळतं, अगदी चुकांमध्ये सुद्धा.''

अशा प्रकारे त्यांनी जसं गोरगरिबांना त्यांचे सामर्थ्य, भागीदार मानलं, तसं त्यांनी टीकाकारांना सामर्थ्य, साथीदार व शत्रूंना सामर्थ्य, मित्र मानलं.

त्यांच्या स्मृतींना श्रद्धांजली वाहण्याचा एकमात्र मार्ग म्हणजे, त्यांच्या जीवनातून, त्यांनी जपलेल्या मूल्यांमधून व त्यांनी पाहिलेल्या स्वप्नांमधून धडे घेत राहणं. गुजरातमधील एका खेड्यापासून ते कॉर्पोरेट जगातील उत्तुंग प्रभुत्वस्थानापर्यंतचा त्यांचा प्रवास अनेक अर्थांनी भारताच्या पुनरुत्थानाचं रूपक ठरला आहे. इतिहासानं माझ्या पिढीतल्या उद्योजकांना या पुनरुत्थानाच्या नवकल्पनांचे शिलेदार म्हणून कामगिरी बजावण्याची आज्ञा दिली आहे.

याच आज्ञेमुळं– मला पपांच्या मुखातून ते शब्द ऐकू येतायत– आमचा आत्मविश्वास टिकून आहे, आमच्या आशा पल्लवीत आहेत आणि आज आम्ही– 'रिलायन्स'चे भागधारक व कर्मचारी– दहा पावलं पुढं चालत आहोत.

मुकेश धीरुभाई अम्बानी
अध्यक्ष,
रिलायन्स इन्डस्ट्रीज लि.

लेखकाचे मनोगत

धीरुभाईंना भेटलेल्या प्रत्येक माणसाला त्यांची प्रथम भेट स्पष्टपणे स्मरते. म्हणजे ती न स्मरणंच अशक्य आहे कारण धीरुभाई होतेच तसे... विलक्षण आश्चर्यकारक जीवनशक्तीनं रसरसलेले! मला त्यांच्याशी झालेली पहिली भेट अगदी कालच घडावी तशी स्मरतेय... त्याचं मुख्य कारण ही भेट घटनापूर्ण होती हे आहेच.

ही गोष्ट आहे १९७५ सालातली. त्यावेळी नुकतीच 'विमल' साड्यांची लाट येऊ लागली होती. त्याची जाहिरात मात्र तुरळकच आणि एका छोट्या कंपनीमार्फत सुरू होती. त्या दरम्यान 'विमल'च्या नायलॉन साड्यांना गृहिणींमध्ये विशेष पसंती लाभू लागली होती. त्या काळी नायलॉन प्रसिद्धीच्या झोतात असल्यामुळं गृहिणी या साड्यांची मोठी शिफारस करीत होत्या. मी त्यावेळी 'शिल्पी ॲडव्हर्टायजिंग'मध्ये 'अकाउंट एक्झिक्युटिव्ह' होतो. इतर सर्व उत्सुक जाहिरात एक्झिक्युटिव्ह्जप्रमाणे आम्ही 'शिल्पी'तले लोकही 'रिलायन्स'चा बिझनेस मिळवण्यासाठी त्यांच्याशी संपर्क साधत होतो. आम्ही त्यांच्या अहमदाबाद व मुंबई या दोन्ही ठिकाणच्या निरनिराळ्या अधिकाऱ्यांना भेटलो, पण धीरुभाईंना भेटायची संधी मात्र मिळत नव्हती. एके दिवशी आम्ही त्यांच्या कार्यालयात फोन केला त्यावेळी मात्र आम्हाला भेटीची वेळ मिळाली. त्यावेळी कंपनीचं नाव होतं 'रिलायन्स टेक्स्टाईल इन्डस्ट्रीज प्रायव्हेट लिमिटेड'. मुंबईत धोबी तलाव येथील कोर्ट हाऊसमधील कंपनीच्या कार्यालयात सकाळी साडेअकरा वाजता आमची भेट ठरली.

ठरलेल्या वेळी आम्ही– शिल्पीचे चीफ एक्झिक्युटिव्ह, क्रिएटिव्ह चीफ, शाखाप्रमुख व मी– कर्तव्यतत्परतेनं तिथं हजर झालो. आम्ही बैठक सुरू होण्याची वाट पाहात बसलो होतो... वाट पाहतोय, पाहतोय... वेळ पुढं सरकत होता... तासन्‌तास पुढं सरकले. माझ्या दोन सहकाऱ्यांनी तर 'यापूर्वी आम्हाला असा अनुभव कधीही आला नव्हता' असं म्हणून नापसंतीनं मान झटकली.

अखेर संध्याकाळी साडेसहा वाजता चीफ एक्झिक्युटिव्ह महोदय व मला बोलावणं आलं. एव्हाना आम्ही खरोखर शिणलो होतो, आमच्यात काही त्राणच उरलं नव्हतं. त्यामुळं शक्य तितक्या झटपट ही बैठक आटोपायची आणि माघारी फिरायचं एवढाच विचार आमच्या मनात होता.

धीरुभाई बोलू लागले... आणि अचानक त्या दालनात एक भारलेपण भरून राहिलं. ते कुणी वक्तृत्वसंपन्न वक्ता नव्हते, पण समोरचा माणूस त्यांचं बोलणं गुंगून ऐकायचा, कारण त्यांचं बोलणं अत्यंत उत्कट असायचं. ऐकणाऱ्याला स्वत:सोबत त्या विश्वात घेऊन जाण्याची कला त्यांना अवगत असल्यामुळं तुमचं मन आजूबाजूला भरकटण्याची शक्यता फारशी नसायचीच. आम्ही दोघंजणं त्यांचं बोलणं... 'विमल'च्या योजना, त्यांची त्यासंदर्भातली स्वप्नं सारं काही भारल्यासारखं ऐकत होतो... आमचा थकवा तर कुठल्याकुठं दूर पळाला होता. आम्हाला त्यांचं काम मिळालं नाही, पण या भेटीनंतर अवघ्या काही आठवड्यांतच धीरुभाईंनी मला त्यांच्याकडे रुजू व्हायला सांगितलं... आणि त्यानंतरचा इतिहास सर्वज्ञात आहेच.

धीरुभाई इतर बॉस मंडळींपेक्षा निराळे होते. ते त्यांच्या कर्मचाऱ्यांचा आदर करीत असत. स्पष्ट, खुल्या, मनमोकळेपणाचं त्यांना फार कौतुक होतं. प्रत्येकालाच असे स्पष्टवक्ते कर्मचारी आवडत नाहीत, त्याला असा मोठा माणूसच पाहिजे! मला 'रिलायन्स'मधल्या माझ्या कारकीर्दीचे सुरुवातीचे दिवस आठवतात. त्यादरम्यान माझ्या काही सहकाऱ्यांकडून मला समजलं, की धीरुभाई माझ्या कामावर संतुष्ट नाहीत. साहजिकच हे ऐकून मी बेचैन झालो. पण ही बेचैनी मनात मुरवून, दुखरी भावना निर्माण करून घेण्याऐवजी मी थेट धीरुभाईंनाच याविषयी विचारायचं ठरवलं. माझा तो निर्णय अगदी योग्य होता कारण मी धीरुभाईंना भेटून याबद्दल बोललो त्यावेळी त्यांनी मला जे काही सांगितलं ते अतिशय मोलाचं होतं. त्यांनी थेट माझ्या डोळ्यांत पाहिलं आणि मी जे ऐकलं त्यात काहीही तथ्य नसल्याचं सांगितलं. त्याचबरोबर त्यांनी मला आणखीही एक गोष्ट सांगितली, जी मी कधीही विसरणार नाही.

ते म्हणाले : ''जर मला तुम्हाला काही म्हणायचं असेल, तर ते मी स्वत: तुम्हाला म्हणीन.''

या प्रसंगानंतर आमच्या नात्याची वीण गुंफली गेली. मी जर एखाद्या गोष्टीमुळं अस्वस्थ असेन तर ते मी त्यांना खुलेपणानं सांगीन याची त्यांना आणि तेही माझ्याशी तितक्याच मनमोकळ्या स्पष्टपणे वागतील याची मला सदैव खात्री होती. अशा प्रकारे आमच्यातील घटनापूर्ण नात्याला सुरुवात झाली आणि हे संबंध अठ्ठावीस वर्षांहून अधिक काळ टिकून राहिले.

मला आणखी एक प्रसंग अगदी ठळकपणे आठवतोय... याच प्रसंगाचा

माझ्यावर अगदी खोलवर परिणाम घडलाच शिवाय 'मुद्रा'च्या क्रिएटिव्ह डिपार्टमेंटनं अनवधानानं राहिलेल्या चुकांना प्रचंड घाबरण्याचं कारणही बहुधा याच प्रसंगात आहे!

मी काही व्यावसायिक कामानिमित्त बेंगलोर दौऱ्यावर होतो. तितक्यात धीरुभाईंचा फोन आला. ते गाडीनं 'रिलायन्स पाताळगंगा'ला निघाले होते. ते माझ्याशी फोनवर बोलण्यासाठी वाटेत थांबले होते. फोनवर त्यांनी सांगितलं, की आत्ताच मी वाटेत आपला एक जाहिरातफलक पाहिला, त्यामध्ये चूक आहे, ती ताबडतोब दुरुस्त करणार का?

त्यानुसार मी ताबडतोब विमान पकडलं आणि परत जाऊन ती दुरुस्ती करून घेतली. तपशिलाबाबतचा त्यांचा कटाक्ष हा असा होता! आणि मला या प्रसंगात त्याची पहिल्यांदाच ओळख घडत होती. ते गाडीतून झुमकन् वेगानं निघाले असले तरी त्यांच्या वेधक नजरेनं रस्त्याकडेच्या जाहिरात फलकावरची चूक नेमकी टिपली होती आणि ती चूक त्यांना ताबडतोब दुरुस्त करून हवी होती!

त्या दिवशी मी माझ्यापुरती प्रतिज्ञा केली की, पुन्हा असं घडू द्यायचं नाही, आज घडलं ते अखेरचंच.

ते परिपूर्णतेचा ध्यास असणारे व त्यासाठी अधीर असणारी व्यक्ती असले तरी ते बॉस म्हणून अगदी चाकोरीबाहेरचे होते. कदाचित तुमचा विश्वास बसणार नाही, पण ते इतके मोठे व महत्त्वाचे बनल्यानंतरसुद्धा मी त्यांना भेटण्यासाठी कधीही आधी वेळ ठरवून घेतली नाही. मला त्यांना कधीही भेटायचं असो, मी फक्त दारावर टकटक करायचो आणि थेट आत जायचो... मग आत त्यांना भेटायला कुणी का आलेलं असेना. मी थेट त्यांच्या मेजाशी जायचो, ते काय विषय असेल तो तिथल्या तिथं निकालात काढायचे आणि खरंच काही फार महत्त्वाचं असेल तर, मला बाजूला बोलावून त्याबद्दल सांगायचे. त्यांना भेटण्यासाठी मला फक्त त्यांच्या सचिवांकडून ते शहरात आहेत ना आणि कुणा पाहुण्यासोबत कुठल्या नाजूक विषयावरील बैठकीत व्यग्र नाहीत ना, एवढंच फक्त पाहावं लागत असे. त्यांचं त्यांच्या बहुतांश लोकांच्या बाबतीत हेच 'खुलेद्वार' धोरण होतं. आम्ही त्यांचा वेळ फुकट घालवणार नाही याची त्यांना खात्री होती, तसंच त्यांच्या भेटीची प्रतीक्षा करत आमचा वेळ फुकट जावा असंही त्यांना खचितच वाटत नसे!

धीरुभाई स्वत:च एक विद्यापीठ होते. त्यांच्या संपर्कातल्या प्रत्येक क्षणी आत्मसात केलेल्या सगळ्या धड्यांचं व लोकांना हाताळण्याच्या त्यांच्या अपूर्व कौशल्यांबाबतच्या माझ्या निरीक्षणांचं हे संकलन आहे. धीरुभाईंनी अगदी छोट्या टीमसोबत 'रिलायन्स नरोडा' सुरू केलं होतं. त्यानंतर अगदी अल्पावधीत– अवघ्या तीन दशकांत– त्यांनी जबरदस्त साम्राज्य उभारलं; पण त्याहून महत्त्वाचं म्हणजे

त्यांनी नेत्यांची मजबूत टीम घडवली. हे सगळं त्यांनी व्यवस्थापन अथवा मानसशास्त्रातल्या कुठल्याही पदव्या नसताना घडवून दाखवलं आणि सामान्य माणसांना असामान्य कर्तृत्व सिद्ध करण्यास प्रेरित केलं.

धीरुभाई खरोखर लाखांत एक माणूस होते. मला ते बॉस म्हणून लाभले हे माझं परमभाग्य होतं. त्यांनी मला अनेक गोष्टी शिकवल्या त्यामुळंच मी एक सामान्य एक्झिक्युटिव्ह ते 'मुद्रा'चा संस्थापक व CMD (अध्यक्ष व व्यवस्थापकीय संचालक) हा पल्ला गाठू शकलो. ('मुद्रा' ही शून्यातून सुरू झालेली जाहिरात संस्था आज भारतातील सर्वांत मोठ्या जाहिरात कंपन्यांत गणली जाते.) ते पाठीशी नसते तर मला हे साध्य करणं कधीही शक्य झालं नसतं. त्यांची विलक्षण शिकवण मी तशीच धूळ खात पाडून ठेवणं ही शरमेची बाब ठरेल. त्यामुळंच मी धीरुभाईंकडून जे काही शिकलो ते इतरांशी– म्हणजे ज्यांना त्यांच्यासारखं व्हायचं आहे अशा लोकांशी– 'शेअर' करायचं ठरवलं आहे.

या पुस्तकासाठी अमूल्य योगदान देणाऱ्या एका व्यक्तीचा मी अत्यंत कृतज्ञ आहे. ही व्यक्ती म्हणजे 'रिलायन्स इन्डस्ट्रीज लिमिटेड'चे अध्यक्ष श्री. मुकेश धीरुभाई अम्बानी. त्यांनी मोठ्या मनानं अतिव्यग्र वेळापत्रकातून वेळ काढून या पुस्तकाची प्रस्तावना लिहिली, त्याबद्दल मी त्यांचा अत्यंत आभारी आहे. मी त्यांना गेल्या पंचवीस वर्षांहून अधिक काळ ओळखतोय आणि गेली चार वर्षं त्यांच्यासोबत काम करतोय ही माझ्या लेखी खूप मोठी सन्मानाची गोष्ट आहे. 'धीरुभाईझम' ही संकल्पना सुफळ संपूर्ण होण्यात त्यांचं प्रोत्साहन व मूक पाठिंबा होता.

मी ज्या तीन असामान्य लोकांना गुरुस्थानी मानतो, त्यांचेही आभार.

गिराबेन साराभाई– त्यांनी माझी सौंदर्याभिरुची वृद्धिंगत केली आणि माझ्यात सामान्य गोष्टी व सौंदर्य यांतील फरक ओळखण्याची क्षमता निर्माण केली.

धीरुभाई अम्बानी– त्यांनी मला विजेत्याप्रमाणे जीवनाला भिडण्याची आणि जीवनासोबत येणाऱ्या यशापयशांचा सामना करण्याची कला शिकवली.

डॉ. वर्गीस कुरियन– त्यांनी आणंदसारख्या लहानशा गावात राहून सुद्धा भारताला जगातील सर्वाधिक दूध उत्पादक देश बनवता येतं ही गोष्ट दाखवून दिली.

आयुष्यात एक चांगला गुरू लाभलेला माणूस भाग्यवान समजला जातो. मला तर भारतातले तीन सर्वोत्तम गुरू लाभले... म्हणजे मला तर अपूर्व भाग्यसंपन्न म्हणायला हवं!

त्याचबरोबर या मंडळींचेही आभार:

माझ्या सहकारी मिनी अब्राहम यांच्यामुळं माझा 'बिझनेस स्टॅन्डर्ड'मधील 'एजीके स्पीक' हा स्तंभ, तसंच 'द इनव्हिजिबल सीईओ', 'देसी ड्रीम मर्चंट्स' आणि आत्ताचं 'धीरुभाईझम' ही पुस्तकं वास्तवात उतरू शकली.

टी.एन.निनन व ‘बिझनेस स्टँडर्ड’ यांनी ‘एजीके स्पीक’ उचलून धरलं. या व्यासपीठाचा ‘धीरुभाईझम’ साकारण्यास खूप उपयोग झाला.

हे छोटेखानी पुस्तक धीरुभाईंच्या विलक्षण कार्य-तत्त्वज्ञानाबद्दल अधिक माहिती जाणून घेण्यास उत्सुक असलेल्या त्यांच्या हजारो निस्सीम चाहत्यांना मार्गदर्शक ठरेल अशी मला आशा आहे. ‘धीरुभाईझम’मधल्या फक्त काही गोष्टी जरी आपण आपल्या जीवनात श्रद्धापूर्वक अंगीकारल्या तरी आपल्याला लक्षणीय बदल दिसून येईल, याची मला ठाम खात्री आहे. यश तर नक्कीच लाभेल, त्यासाठी तुम्हाला शुभेच्छा देतो...

गॉड ब्लेस.

ए. जी. कृष्णमूर्ती

धीरुभाई अम्बानींचा अल्पपरिचय

धीरुभाईंचा जन्म २८ डिसेंबर १९३२ रोजी झाला. हिराचंदभाई व जमनाबेन अम्बानींचं ते पाचवं अपत्य होतं. वयाच्या अवघ्या १७व्या वर्षीच त्यांनी छोरवाड हे त्यांचं गाव सोडलं आणि ते अॅडेनमध्ये ए.बेस्सी अॅन्ड कंपनीमध्ये काम करू लागले. नऊ वर्षांनी ते भारतात परतले आणि त्यांनी इथं 'रिलायन्स कमर्शियल कॉर्पोरेशन' या व्यापारी कंपनीची स्थापना केली. त्यांनी मसाल्यांच्या व्यापारातून यार्नकडं मोर्चा वळवला आणि १९६६ साली गुजरातमधील नरोडा इथं कापड उत्पादन सुरू केलं. त्यानंतर त्यांनी उत्पादनांची मूल्यशृंखला उंचावत नेली... आधी कापड, मग यार्न, पॉलिएस्टर आणि पेट्रोकेमिकल्स, त्यानंतर त्यांनी तेल व वायू शुद्धीकरण क्षेत्रात पाऊल ठेवलं आणि त्यापाठोपाठ 'ऑईल एक्स्प्लोरेशन'मध्ये... आणि या सर्व प्रक्रियेत त्यांनी अब्जावधी डॉलर्सची संस्था उभारली. धीरुभाईंनी १९७७ साली भांडवली बाजारपेठेतून त्यांच्या योजनांसाठी अर्थसाहाय्य मिळवलं. त्यांनी गुंतवणूकदारांच्या नव्या जातकुळीला– मध्यमवर्गीय समाजाला– त्यावेळी फारशा परिचित नसलेल्या कापड कंपनीवर विश्वास ठेवण्यास तयार केलं. त्यापाठोपाठ त्यांनी घडवलेली अभूतपूर्व कामगिरी आणि लोकांच्या विश्वासाला दिलेलं फळ यांमुळे देशात एक संपूर्णतः नवी गुंतवणूक संस्कृती तयार झाली.

त्यांनी अवघ्या पंचवीस वर्षांत, देशातील सर्वांत मोठी 'फॉर्च्युन ५००' संस्था उभी केली. रिलायन्स समूह ही त्यांच्या अदम्य जिद्दीची आणि आपल्या ध्येयाप्रत जाण्यासाठी असलेल्या दृढ बांधिलकीची मूर्तिमंत साक्ष आहे. त्यांच्या समूहाचा सातत्यपूर्ण वृद्धीचा आलेख भारतीय उद्योगक्षेत्रात अद्वितीय आहे. आज या समूहाची वार्षिक उलाढाल भारतीय GDPच्या जवळजवळ तीन टक्क्यांएवढी आहे.

धीरुभाईंनी अनुसरलेलं कॉर्पोरेट तत्त्वज्ञान अगदी साधं-सरळ होतं. विचारांचे भव्य इमले उभारा. निराळ्या पद्धतीनं विचार करा. जलद विचार करा. काळाच्या पुढचा विचार करा आणि सर्वोत्तमतेचं ध्येय ठेवा.

त्यांनी ज्या टीमची जडणघडण केली, त्यांच्यामध्ये त्यांनी हे तत्त्वज्ञान रुजवलं, आणि आपल्या टीमची नजर सदैव अधिक उत्तुंग ध्येयांवरच राहील यावर कटाक्ष ठेवला.

ते जीवनभर तेच धीरुभाई होते... ते बदलले नाहीत. त्यांच्या व्यक्तिगत आवडीनिवडी साध्याच राहिल्या. या प्रवासात त्यांचे मैत्रीबंध टिकून राहिले, त्यांचं औदार्य कधीही कमी झालं नाही आणि त्यांची उत्कृष्टता साध्य करण्याची तृष्णा कधीही शमली नाही. त्यांनी त्यांच्या ६९ वर्षांच्या जीवनकालात– छोरवाडमधील मुलगा, ॲडेनमधील कामगार, मुंबईत मसाले व यार्नचा व्यापारी आणि भारतातील खाजगी क्षेत्रात सर्वांत मोठ्या कंपनीचा अध्यक्ष या सर्व रूपांत सदैव असामान्य नेतृत्वगुणांचं दर्शन घडवलं आहे.

भगवद्‌गीतेत सांगितलं आहे : ''महान व्यक्तींची कृती इतरांसाठी स्फूर्तिदायक असते. अशी व्यक्ती जे काही करते तो इतरांना अनुसरण्यासाठी मापदंड बनतो.''

धीरुभाईंनी हे साक्षात सिद्ध केलं आहे.

■

धीरुभाईझम

शब्दजगतातील विपुल भांडारात मी एका नव्या शब्दाची भर घालतोय– धीरुभाईझम. कारण या शब्दाला पूर्ण न्याय देऊ शकेल असा प्रतिशब्द नाही. यात मुळीच अतिशयोक्ती नाही. खऱ्या अर्थानं अपूर्व असणाऱ्या धीरुभाईंवरून हा शब्द स्फुरला आहे. या शब्दातून धीरुभाईंनी सोदाहरण दाखवून दिलेली गुणवैशिष्ट्यं, वृत्ती अथवा विशिष्ट स्वभावलक्षणं व्यक्त होतील. आज धीरुभाई असते तर ते मनापासून हसून म्हणाले असते, ''माझ्यासारखी छोटी माणसं मोठ्या जगतांना स्फूर्तिदायक ठरत नाहीत!''

'धीरुभाईझम'चं हेही एक 'क्लासिक' उदाहरणच आहे– आपलं समाजाप्रती असणारं अमूल्य योगदान तितकं महत्त्वाचं न मानण्याची वृत्ती! धीरुभाईंना ओळखणाऱ्या प्रत्येकाजवळ त्यांच्या अद्वितीय व्यक्तिमत्त्वावर प्रकाश टाकणारी एखादीतरी छोटीशी आठवण असेल याची मला खात्री आहे. धीरुभाईंचं काळीज आणि डोकं दोन्हीही सदैव कार्यक्षमतेच्या सर्वोच्च स्तरावर कार्यरत असायचं.

अलौकिक विशिष्ट दृष्टी (vision) आणि अभूतपूर्व अनुकंपा हे त्यांचं विलक्षण कार्य-तत्त्वज्ञान होतं आणि त्याचीच व्याख्या मी 'धीरुभाईझम' अशी करतो.

धीरुभाईज़्म १

बाह्या सरसावून मदतीला पुढं व्हा.
तुमची व तुमच्या टीमची गुणसूत्रं सारखीच असतात.

१९७० च्या दशकाच्या अखेरचा काळ असेल. ते 'विमल'चे भारलेले दिवस होते. त्या दरम्यान 'रिलायन्स'नं नवी दिल्लीत अशोका हॉटेलच्या कन्व्हेन्शन हॉलमध्ये एक फॅशन शो आयोजित केला होता. नेहमीप्रमाणे हॉल गच्च भरला होता. एकही जागा रिकामी नव्हती. हॉलच्या बाहेरच्या बाजूला आत येण्यास उत्सुक असणारे तितकेच लोक जागा मिळण्याच्या प्रतीक्षेत होते. त्यावेळी भारतीय फॅशन उद्योगाचा नुकताच आरंभ झाला होता. त्या काळी 'विमल'चे फॅशन शोज् अतिशय लोकप्रिय होते. काहीही करून या कार्यक्रमांच्या प्रवेशिका मिळवण्यासाठी लोक कसे प्रयत्न करायचे याच्या बऱ्याच कथा आहेत. विमलचे शोज् इतके लोकप्रिय असण्याचं एक मुख्य कारण म्हणजे हे शोज् दृक्‌श्राव्य माध्यमातील दिमाखदार सोहळे असत. आम्ही– या कार्यक्रमांचे रचनाकार, निर्माते व आयोजक– प्रत्येक शो खरोखर नेत्रदीपक व्हावा व दर्शकांच्या अपेक्षांच्या कसोटीवर उतरावा याची काळजी घेत असू. आमच्या प्रयत्नांना घवघवीत यश लाभलं... यातील प्रत्येक शोला सगळ्या गावांत भरभरून प्रतिसाद लाभत होता.

दिल्लीतील ती सायंकाळही याला अपवाद नव्हती. त्या दिवशी आम्ही खऱ्या व संशयास्पद पाहुण्यांच्या गर्दीत सापडलो होतो. मी तर अक्षरश:

गर्दीच्या वेढ्यात पूर्णपणे अडकलो होतो. लोकांचा गोंधळ, गलका, आरडाओरड्याला तोंड देत होतो. तितक्यात मला आश्चर्याचा धक्का बसला. धीरुभाई स्वत: दारात उभं राहून उपस्थितांना शांत करायचा प्रयत्न करत होते. त्या क्षणी मला अक्षरश: सुटल्यासारखं झालं होतं हे कबूल करायलाच हवं! हे अपूर्व दृश्य खरोखर आपल्यासमोर आहे हे स्वत:ला पटवून देताना माझ्या मनात धीरुभाईंविषयी खूप आदर भरून आला. मी इतका का प्रभावित झालो ते सांगतो.

एव्हाना धीरुभाई हे सुपरिचित नाव बनलं होतं. ते VIP बनले होते. त्यांनी अवघ्या देशाचं लक्ष वेधून घेतलं होतं. ते जिथं जातील तिथं त्यांना 'सेलिब्रिटी'सारखी वागणूक मिळू लागली होती. भव्यदिव्य साम्राज्य बनण्याच्या दिशेनं मार्गक्रमण करणाऱ्या कंपनीचं सुकाणू त्यांच्या हाती होतं. जागतिक बँकेनं नरोडा येथील 'रिलायन्स टेक्स्टाईल मिल' विकसित देशांच्या मापदंडांनुसार असणारी भारतातील सर्वोत्कृष्ट कापड गिरणी म्हणून नुकतीच घोषित केली होती आणि याच दरम्यान धीरुभाईंनी भारतीय रोखेबाजारातही इतिहास घडवला होता. त्यांनी सर्वसामान्य भारतीय मध्यमवर्गीय गुंतवणूकदाराला त्यांच्या कंपनीचे समभाग खुले केले होते. धीरुभाईंनी या कृतीद्वारे एक संपूर्ण नवा पायंडा सुरू केला. त्यावेळी भारताला त्यांच्या विलक्षण अलौकिकतेची नुकती कुठं पहिली झलक दिसली होती.

हेच अगदी साध्या शब्दांत सांगायचं तर, ते 'बिग शॉट' बनले होते.

तरीही त्या दिवशी 'कन्व्हेन्शन हॉल'मध्ये कुणीही बाहेरच्या व्यक्तींनी त्यांना ओळखलं नाही. धीरुभाई क्षणार्धात आमच्यापैकीच एक बनले होते– रिलायन्सच्या व्यवस्थापकीय समूहातले एक सदस्य. कार्यक्रम सुरू होण्याच्या क्षणी चकचकीत आलिशान मोटारीतून यायचं आणि मग कार्यक्रमाची जबाबदारी सोपवलेल्या लोकांना तिथल्या गोंधळाबद्दल उद्दाम अधिकारवाणीनं प्रश्न करायचे... यातलं काहीही न करता, ते गाजावाजा न करता आले होते. निमिषार्धात त्यांनी परिस्थितीचा अंदाज घेतला होता आणि शांतपणे बाह्या सरसावून मदतीला पुढं आले होते. आम्ही सर्वजणच परिस्थितीवर नियंत्रण मिळवण्यासाठी आटापिटा करत होतो, हे त्यांनी स्वत:च्या डोळ्यांनी पाहिलं होतं. त्यांच्या जागी दुसरा कुणी बॉस असता तर त्यानं व्यवस्थापकाला

नाराजी तीव्रपणे दाखवली असती, पण धीरुभाईंचं तसं नव्हतं.

जेव्हा काही गोष्टींमध्ये गणितं चुकायची त्यावेळी ते आमचे सर्वोत्तम मित्र असायचे. परिस्थिती आमच्या हाताबाहेर चालली आहे याचा पहिल्यांदा त्यांनाच सुगावा लागायचा. त्यांचा त्यांच्या मध्यवर्ती टीमच्या क्षमतांवर पूर्ण विश्वास होता. ते आग विझवण्यासाठी सदैव त्यांच्या माणसांना मदत करायचे. आपल्या माणसांना दोषी ठरवून त्यांचं खच्चीकरण करायचे नाहीत. त्यांच्या याच विश्वासामुळं आम्ही त्यांना डिंकासारखे घट्ट चिकटून राहिलो होतो. कारण जो माणूस तुमच्या कार्यक्षमतेवर व कौशल्यावर इतका प्रचंड विश्वास दाखवतो, त्या माणसाला निराश करणं किंवा सोडून जाणं अवघड असतं. मातापित्यांचा आपल्या पोटच्या मुलावर जसा विश्वास असतो, तसाच धीरुभाईंचा आमच्या क्षमतांवर विश्वास होता. त्यांच्या याच विश्वासामुळं आम्हाला बळ लाभलं आणि सामान्य माणसांना असामान्य कर्तृत्व सिद्ध करण्यास प्रेरणा लाभली.

रिलायन्सच्या यशाचं श्रेय कुणा एका व्यक्तीच्या किंवा समूहाच्या गुणसंचय व कर्तृत्वाला देता येणार नाही, तर त्याकडं रिलायन्स परिवाराला एकत्र बांधून ठेवणारा उत्साह व प्रक्रिया यांचा विजय म्हणून पाहावं लागेल असं मला वाटतं.

– धीरुभाई अम्बानी

धीरुभाईझम २

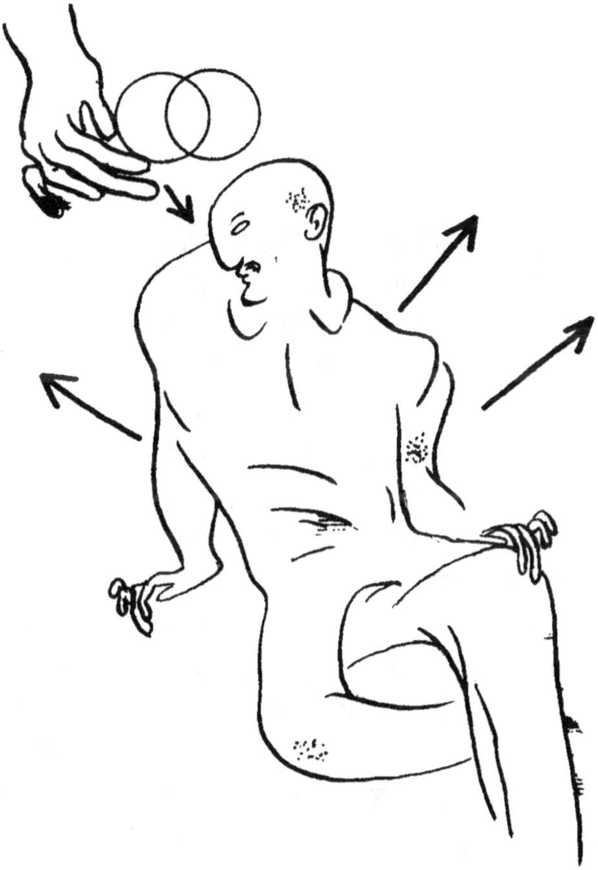

तुमच्या टीमसाठी सुरक्षाकवच बना,
मग ते चमत्कार घडवतील.

१९८० साली आम्ही 'मुद्रा' सुरू केली त्यावेळी आमची जाहिरात संस्था पूर्णपणे वैशिष्ट्यपूर्ण म्हणण्याजोगी होती. पहिली गोष्ट म्हणजे आमचं मुख्यालय भारताच्या जाहिरात-राजधानीत म्हणजे मुंबईत नव्हतं. दुसरी गोष्ट म्हणजे आम्ही भारतीय नवउद्योजक ग्राहक मिळवले होते. ते ज्या संस्थेचा आतुरतेनं शोध घेत होते तशी 'भारतीय व्यावसायिक संस्था' त्यांना आमच्या रूपानं गवसली होती. हे दोन्हीही मुद्दे आमच्यासाठी लाभदायक ठरले आाणि आम्ही अवघ्या नऊ वर्षांत देशातील पहिल्या तीन संस्थांच्या पंक्तीत जाऊन बसलो. अशा प्रकारची कर्तबगारी जाहिरात दुनियेत प्रथमच घडली होती.

कुणीही मातब्बर खेळाडू इतक्या जलद, इतका मोठा झाला नाही. 'मुद्रा'मधील आम्हा सर्वांच्या लेखी हे फक्त एक लक्ष्य होतं... आम्ही समोर ठेवलेल्या अनेक लक्ष्यांपैकी एक लक्ष्य आणि एकदा आमचं हे लक्ष्य पूर्ण झाल्यानंतर आम्ही त्याकडं फारसं लक्ष दिलं नाही कारण आमची नजर खिळली होती ती पुढच्या रस्त्यावर. मात्र या उद्योगातील काही मंडळी आमचा 'बिग लीग'मधील प्रवेश सहज घेणार नाहीत हे आमच्या लक्षात आलं नव्हतं.

याच दरम्यान अफवांचं पेव फुटलं आणि अशा वेळी घडतं तेच घडू लागलं. तुच्छतादर्शक शेरेबाजी, खोचक प्रतिक्रिया ऐकायला मिळू लागल्या. असल्या फालतू चर्चा आणि पार्टी गॉसिपमधून माझ्या व्यावसायिक नीतिमत्तेविषयी प्रश्नचिन्ह उभं राहिलं. अशा बऱ्याच वावड्या उठल्या होत्या, पण प्रेसच्या माध्यमातून एक बातमी पसरली, ती म्हणजे आम्ही 'मुद्रा'वाले आमच्या ग्राहकांना सवलती देऊ करतो. त्यामुळेच आमची इतकी प्रगती झालीय, ती सुद्धा इतकी जलद!

हे सगळं निखालस खोटं होतं म्हणून मी त्याकडं दुर्लक्ष करण्याचा प्रयत्न केला; पण या आरोपांचा हळूहळू माझ्यावर दुष्परिणाम होऊ लागला होता.

त्या दरम्यान मी धीरुभाईंना भेटायला नियमित मुंबईला येत असे. मी दर रविवारी रात्री अहमदाबादहून गुजरात मेलनं निघायचो ते बुधवारी सकाळी अहमदाबादेत परत यायचो. माझा हा क्रम पहिली सहा वर्षं न चुकता होता. आमच्या भेटीदरम्यान आम्ही जाहिरातसंस्थेशी संबंधित कामाबद्दल– 'मुद्रा'च्या भावी योजनांबद्दल, सर्व गोष्टींवर चर्चा करायचो. मला आणि 'मुद्रा'ला गिळू पाहणाऱ्या या द्वेषयुक्त लाटेविषयी त्यांच्यापुढं मन मोकळं करण्याच्या संधी बरेचदा चालून आल्या होत्या. पण मी यापैकी एकाही भेटीत हा विषय काढला नाही. मला वाटतं, मी माझं अवसान टिकवून धरण्याचा आटोकाट प्रयत्न करत होतो.

अशा बऱ्याच भेटी झाल्या. जे काही घडत होतं, त्याची धीरुभाईंना पूर्ण कल्पना होती, फक्त त्यांना सगळं माहीत आहे हे त्यावेळी माझ्या लक्षात आलं नव्हतं. मीही त्यांच्यापुढं कधीच हा विषय काढला नाही आणि त्यांनीही त्याबद्दल कधी काही विचारलं नाही. मात्र, एके दिवशी एक विशेषकरून ओंगळवाणी बाब घडली. त्यावेळी धीरुभाईंनी माझ्याकडं अगदी प्रेमळपणे पाहात, मला हळुवारपणे विचारलं की, तुम्हाला या परिस्थितीशी लढण्यासाठी काही मदत हवीय का? त्यांच्या चेहऱ्यावरचे ते भाव पाहिले आणि मन भरून आलं. मला यापूर्वी कुठल्याही मालकाकडून इतकं समजून घेण्याचा, परानुभूतीचा अनुभव नव्हता. मला त्यावेळी फक्त याच गोष्टीची गरज होती... त्यांच्या आश्वासक शब्दांची... की मी या लढाईत एकटा नाही!

मी सांभाळून घेईन, असं म्हणून मी तो प्रश्न तिथंच संपवला, पण त्यांच्या दालनातून बाहेर पडताना मला आपण दहा पट उंच झाल्यासारखं वाटलं. आता मी या प्रश्नाशीच काय, पण अख्ख्या सैन्याशी लढू शकतो अशी भावना माझ्या मनात जागली होती.

आणि मी तेच केलं. मी 'ॲडव्हर्टायजिंग एजन्सीज असोसिएशन ऑफ इंडिया' (AAAI) नं शिफारस केलेल्या संस्थेकडून 'मुद्रा'च्या हिशोब पुस्तकांचं निष्पक्ष ऑडीट करून घ्यायची तयारी दर्शवली. मात्र इतर सर्व जाहिरातसंस्थांनीही तसंच करावं अशी सूचना केली.

त्याबरोबर, जादूची कांडी फिरल्याप्रमाणे सगळ्या अफवा आणि चुकीचे अहवाल विरून गेले.

ही केवळ धीरुभाई माझ्या बाजूला आहेत या जाणिवेची फलनिष्पत्ती होती. काहीही झालं तरी ते कसलीही शंका न घेता माझ्या पाठीशी आहेत. त्यांचं प्रोत्साहन आहे, त्यांचा माझ्यावर ठाम विश्वास आहे आणि मला कधी गरज पडली तर ते माझ्या लढाईत माझ्या बाजूनं उतरतील ही जाणीव माझ्या मनात होती. ते आमचं सुरक्षाकवच होते... त्यांनीच आम्हाला उडण्याचं धैर्य दिलं.

आपल्याला 'झेलायला' कुणीतरी आहे याची मनात पक्की खात्री असते त्यावेळी तुम्ही अमर्याद भरारी घेऊ शकता. पडण्याची भीती माणसाला नेहमी धाडसी उडी घेण्यापासून परावृत्त करत असते.

'रिलायन्स'चं यश हे भारताच्या हुशारी व कार्यक्षमतेचं, या देशातील लोकांच्या बुद्धिमत्तेचं आणि इथले उद्योजक, अभियंते, व्यवस्थापक व कर्मचारी यांच्या अंगभूत सामर्थ्याचं प्रतिबिंब आहे.

– धीरुभाई अम्बानी

धीरुभाईझम ३

गाजावाजा न करता जनकल्याणकारी कार्य करा

मोठ्या व काहीवेळा मध्यम आकाराच्या औद्योगिक समूहांनी समाजाप्रती योगदान देण्यासाठी अवलंबलेला एक मार्ग म्हणजे जनकल्याण कार्य होय. ज्या समाजानं तुम्हाला प्रगतीपथावर नेण्यास साहाय्य केलं त्या समाजाचे आभार मानण्याचा व आम्हाला तुमची काळजी आहे हे सांगण्याचा हा उत्तम मार्ग आहे. शब्दकोशामध्ये 'जनकल्याणकार्य' या शब्दाची व्याख्या अशा प्रकारे आढळते. (१) दानशूर व्यक्तींच्या मदतीतून अथवा देणग्यांतून मानवजातीच्या सौख्यवृद्धीसाठी प्रयत्न करणे अथवा त्या दिशेने कल असणे, (२) एकूणच मानवजातीविषयी प्रीती, (३) मानवहिताला चालना देणारी काहीतरी गोष्ट म्हणजे एखादी कृती अथवा संस्था.

धीरुभाई महान आणि द्रष्टे उद्योगपती म्हणून सर्वज्ञात होते, पण त्यांची परोपकारी वृत्ती जाहीर, प्रसिद्ध नव्हती. या प्रकरणात, मी तुम्हाला त्याचं कारण सांगणार आहे.

या दुनियेत असे बरेच लोक आहेत की जे देणग्या देतात आणि अख्ख्या जगाला ही बातमी कळेल याची दक्षताही घेतात.

पण धीरुभाई त्यातले नव्हते.

या जगात अशीही माणसं असतात की ते त्यांच्या गरजू नातेवाईक

अथवा मित्राला अतिशय आवश्यक असलेला मदतीचा हात पुढं करतात आणि बाकी सगळ्या नातेवाईकांना व मित्रांना ही गोष्ट कळेल याची दक्षताही घेतात.

पण धीरुभाई त्यातले नव्हते.

काही माणसं अशी असतात की ती भल्या मोठ्या देणग्यांकडं मौल्यवान जनसंपर्क आयुध म्हणून पाहतात. ते सुद्धा केवळ गरजूंना लाभदायक म्हणून नव्हे तर त्यांच्या कंपनीच्या पतप्रतिष्ठेत भर घालण्यासाठी अत्यंत उपयुक्त गोष्ट म्हणून.

पण धीरुभाई नक्कीच त्यातले नव्हते.

धीरुभाई फार निराळ्या प्रकारचे लोकहितवादी होते. त्यांनी जेव्हा जेव्हा दिलं– आणि ते जवळपास सदैव देतच होते– तेव्हा तेव्हा त्यांनी त्या गोष्टीची वाच्यता न होऊ देण्यावर कटाक्ष ठेवला.

मी अगदी आत्मविश्वासपूर्वक सांगू शकतो, की मला आजवर भेटलेल्या व्यक्तींमध्ये गाजावाजा न करता लोकहितार्थ कार्य करणारे ते एकमात्र व्यक्ती होते. त्यामुळंच थोर लोकहितवादी व्यक्तींचा विषय निघतो तेव्हा अनेकांच्या मनात धीरुभाईंचं नाव तितकं सहज उमटत नाही. त्यांनी त्यांचं औदार्य कधी कुणाला का कळू दिलं नाही, त्याचं नेमकं कारण काय होतं कुणास ठाऊक; पण मला वाटतं त्यांची उपजत दयाळू वृत्ती व मनाचा उमदेपणा त्यांना या गोष्टींची जाहिरात करण्यापासून परावृत्त करीत असावा.

आपल्यापैकी जे लोक त्यांना चांगलं ओळखतात, त्यांच्या लेखी धीरुभाईंचं उदार हस्ते औदार्य, त्यांची आमच्या गरजा ओळखण्याची कुवत आणि आमचं त्यांना एखादी गोष्ट सांगण्याचं धाडस होण्याआधीच त्यांचं आमच्या रक्षणार्थ धावून येणं या गोष्टींनी धीरुभाई सर्वांत उदार लोकहितवादी बनले आहेत.

१९७०च्या दशकात व अगदी १९८०च्या दशकात सुद्धा जादा पैसे उपलब्ध होणं नेहमीच कठीण असायचं. त्या काळी 'क्रेडिट कार्ड' नव्हती. कर्ज घेण्यासाठी भंडावून सोडणाऱ्या मैत्रीपूर्ण बँका नव्हत्या. खरं तर सामान्य माणसाच्या दृष्टीनं बँकेतून कर्ज मिळणं ही जवळपास अशक्य कोटीतलीच गोष्ट होती. पण आमच्या गरजा तेव्हाही आजच्यासारख्याच होत्या. म्हणजे कौटुंबिक बंध होते, वाहनखरेदी, लग्नकार्य, तातडीच्या

वैद्यकीय सेवांची गरज आणि असंच बरंच काही. पण आमच्यापैकी बहुतांशजणांकडे या गरजा भागवण्यासाठी काही स्रोत नव्हता. आम्हाला उदारहस्ते खजिना खुला करून देईल असा कुणी श्रीमंत मामा, काका किंवा मोठा भाऊ नव्हता. त्यामुळं आम्हाला फक्त आमच्या बचतखात्यांवर व पगारांवरच भिस्त ठेवावी लागत असे. पण धीरुभाईंना ओळखणाऱ्या आम्हा सर्वांच्या लेखी पैसा हा कधीच काळजीचा विषय नव्हता. धीरुभाईंनी आम्हाला त्याची काळजी कधीच वाटू दिली नाही. आमच्यापैकी जवळपास सर्वांना त्यांच्या औदार्याचा लाभ झाला आहे आणि कधी कधी तर, त्यांना परिस्थिती किती खडतर आहे हे माहीत असायचं त्यावेळी ते मोठमोठ्या रकमा सरळ भेटीदाखल द्यायचे!

एकदा त्यांनी एका तोंडओळखीच्या माणसाला मदत केली होती. तो माणूस त्यांचा ऋणी होता; पण त्याच्या पिण्याच्या सवयीमुळे तो त्यांचे पैसे परत करू शकत नव्हता. पण धीरुभाईंनी बुडीत खातं म्हणून त्याचं नाव वगळून न टाकता, त्याला दुप्पट कर्ज दिलं. ज्यायोगे तो नुकसानीतून वर येऊ शकेल, आपली स्थिती किती वाईट झालीय हे त्याच्या लक्षात येईल तेव्हा तो स्वत:ला सावरेल आणि सगळी रक्कम परत करण्यास सक्षम होईल.

आणि खरंच तसं झालं!

प्रत्येक वेळी त्यांनी लोकांना फक्त पैशांचीच मदत केली असं नाही. ते बिकट वाट तुडवत असलेल्या एखाद्या मित्राला मदत करायचे, त्याची गाडी पुन्हा पूर्ववत् रुळावर येण्यासाठी त्याला जी काही मदत हवी असेल ती करायचे. परदेशात असलेल्या एखाद्याला आनंद वाटण्यासाठी पत्र लिहिणं असो, वर्गातल्या सहाध्यायीच्या मुलाला नोकरी देणं असो, जीवाची मुंबई करायला येऊ इच्छिणाऱ्या जुन्या माळीबाबांना विमानाचं तिकीट, नवे कपडे पाठवणं असो की त्यांना आणायला विमानतळावर माणूस पाठवणं असो, उद्ध्वस्त करणाऱ्या धरणीकंपाचा तडाखा बसलेल्या खेडुतांना पुन्हा आपल्या पायावर उभं करण्यासाठी तात्पुरत्या स्वरूपाचं रुग्णालय ताबडतोब उभारणं असो, दूरवरच्या पूरग्रस्त भागात ट्रक्स भरभरून भाज्या पाठवणं असो... हे सगळं प्रेमळ कार्य अगदी नि:शब्दपणे, शांतपणे व कार्यक्षमतेनं पार पडायचं. त्याचा कुठला गाजावाजा नसायचा की समारंभ नसायचे.

त्यांच्या औदार्याचा लाभ घेतलेल्या बहुतेकांना त्यांचा 'गुड समॅरिटन' धीरुभाईच होते ही गोष्टही ठाऊक नाहीय.

जेव्हा जेव्हा एखादा हात मदत मागण्यासाठी पुढं आला, एखादी तीव्र इच्छा शब्दांत व्यक्त होण्यासाठी धडपड करू लागली तेव्हा तेव्हा धीरुभाईंचं त्याकडं लक्ष गेलं नाही असं कधीही झालं नाही. या माणसाचं औदार्य फक्त रोख पैशांपुरतंच मर्यादित नव्हतं, तर ते त्याही पलीकडं खूप दूरवर त्यांच्या मनस्वी स्वभावापर्यंत होतं... म्हणजेच त्यांचा जोष, त्यांचं मन आणि काळीज... ते मात्र अमर्याद होतं.

मी गीता जगतो.

– धीरुभाई अम्बानी

धीरुभाईझम ४

भव्य स्वप्नं बघा, पण डोळे उघडे ठेवून बघा

कदाचित हे जरासं विरोधाभासयुक्त विधान वाटेल, पण विश्वास ठेवा अगर ठेवू नका. धीरुभाईंनी याच तत्त्वानुसार अविश्वसनीय वाटावी इतकी भव्य स्वप्नं तर पाहिलीच. पण ही अशक्य वाटणारी स्वप्नं त्यांच्याच जीवितकालात सत्यात उतरलेली सुद्धा पाहिली. हे सगळ्याच लोकांना जमत नाही.

एकीकडं ते स्वप्नं पाहात होते आणि त्याबाबतीत अगदी स्पष्ट होते. तर दुसरीकडे, ते सदैव 'डोळे उघडे ठेवून' बघायचे. त्यांच्या या बोलण्याचा अर्थ असा होता की जेव्हा ते स्वप्नरंजन करायचे तेव्हासुद्धा त्यांच्या डोळ्यांपुढे समोरचा रस्ता सुस्पष्ट असायचा. त्यांना स्वत:च्या कार्यक्षमता अतिशय चांगल्या ठाऊक होत्या आणि त्यांनी याच चौकटीत स्वप्नं पाहिली. इतर माणसांच्या लेखी त्यांचं ध्येय खूप आवाक्याबाहेरचं, दु:साध्य वाटण्याजोगं असेलही, पण धीरुभाईंच्या मनात या ध्येयाप्रत नेणारा मार्ग अतिशय स्वच्छ-स्पष्ट होता. गिर्यारोहकाला तो पर्वताच्या पायथ्याशी उभा असतो त्यावेळी शिखर दिसत नसतं, तरीही तो तिथवर जाऊन पोहोचतोच!

धीरुभाई ज्यावेळी ॲडेनमध्ये 'शेल'च्या ट्रेडिंग आऊटपोस्टमध्ये केवळ एक विक्री-कर्मचारी होते, त्यावेळी त्यांनी स्वत:च्या मालकीची रिफायनरी उभारण्याचं स्वप्न पाहिलं होतं. इतर स्वप्नांप्रमाणेच हे स्वप्नही हास्यास्पद होतं. पण इथंच धीरुभाईंचं वेगळेपण दिसून येतं. त्यावेळी सुद्धा ते एक गोष्ट ओळखून होते, ती म्हणजे या ध्येयातील एकमात्र 'अशक्य' मुद्दा म्हणजे हे ध्येय साध्य करण्याच्या त्यांच्या क्षमतेबद्दलचं जगाचं मत. मात्र त्यांना स्वत:ला तसं वाटत नव्हतं. ते स्वत:ला ओळखत होते.

त्यांच्या अभूतपूर्व कर्तबगारीनं भारताला दाखवून दिलं आहे की मर्यादांच्या सीमारेषा फक्त आपल्या मनातच आखलेल्या असतात. जे लोक भव्य स्वप्नं पाहतात, त्यांच्या लेखी दु:साध्य असं खरं तर काहीच नसतं. मी अमूक एखादं काम फार मोठं आहे, त्यामुळं पूर्ण होणं अवघड आहे, असं त्यांना सांगायचा जेव्हा जेव्हा प्रयत्न केला त्यावेळी त्यांचं उत्तर ठरलेलं असायचं,

"नाही, हे उत्तर नाही!"

ते केवळ स्वत: भव्य स्वप्नं पाहून थांबले नाहीत, तर त्यांनी आम्हा सर्वांनाही भव्य स्वप्नं पाहायला शिकवलं. आम्ही 'मुद्रा' सुरू केलं त्यावेळी मला त्यांनी एका ओळीत लिहिलं होतं,

"विमलची जाहिरात हा देशाच्या फॅशन जाहिरातीतला मापदंड बनवा."

ही त्यांची अपेक्षा किती अशक्यप्राय होती हे समजण्यासाठी तुम्हाला ऐंशीच्या दशकाच्या प्रारंभी आमची अवस्था समजून घ्यावी लागेल. त्यावेळी आमची जाहिरातसंस्था अगदी छोटी, नुकते पंख फुटू लागलेल्या अवस्थेत आणि दूरवर म्हणजे अहमदाबादमध्ये होती. आमची टीम जुळवण्याची धडपड सुरू होती. अशा वेळी 'हाय फॅशन' ही तर दूरची गोष्ट होती... पृथ्वीपासून चंद्र दूर आहे तितकी! पण धीरुभाईंनी कुठल्याही परिस्थितीकडं सद्यस्थिती काय आहे या संदर्भात कधीच पाहिलं नाही.

त्यांची नजर सदैव खिळलेली असायची ती परिस्थिती कशी होऊ शकेल यावर आणि तिच्या सामर्थ्याचा पुरेपूर वापर करून घेता यावा यासाठी ते कठोर मेहनत घ्यायचे.

आम्ही त्यांच्यापुढे एखादी दुर्निवार्य वाटणारी गोष्ट मांडली की त्यांचं आवडतं उत्तर नेहमी तयार असायचं,

"हे कठीण आहे पण अशक्य नाही!"

त्यांचं अर्थातच बरोबर असायचं. आम्ही 'मुद्रा'नामक त्या इवल्याशा जाहिरातसंस्थेतले लोक अशक्यप्राय वाटणाऱ्या गोष्टी साध्य करण्यासाठी प्रयत्न करत गेलो आणि नऊ वर्षं इतक्या विक्रमी अल्पावधीत आम्ही देशातील पहिल्या तीन जाहिरातसंस्थांच्या पंक्तीत जाऊन बसलो. या तीन अग्रगण्य जाहिरातसंस्थांमधल्या उर्वरित दोन बहुराष्ट्रीय कंपन्या असल्यामुळं 'मुद्रा' सर्वांत मोठी भारतीय जाहिरातसंस्था बनली.

दरम्यान, विमलचे फॅशन शोज् आकार व व्याप्ती या दोन्ही संदर्भात देशात पुन्हा अभूतपूर्व ठरले. शोरूमचा भव्य उद्घाटन समारंभ, छपाई माध्यमातील पोस्टर व दूरचित्रवाणीवरील आकर्षक प्रयोग या साऱ्यांचा एकत्रित परिणाम घडून या 'ब्रँड'ला खरोखर विलक्षण प्रतिमा लाभली. आम्ही एक जाहिरातसंस्था म्हणूनही अनेक नवे पायंडे सुरू केले. अशा प्रकारे, धीरुभाईंनी आमच्या अंगभूत क्षमतेवर दाखवलेला विश्वास वास्तवात खरा उतरला. पण १९८० साली हे सगळं शक्य होईल यावर कुणाचाच विश्वास बसला नसता. अर्थातच धीरुभाई सोडून!

धीरुभाई भव्य स्वप्नं पाहत असले तरी त्यांची कल्पना व वास्तव यांतला फरक जाणण्याची कुवत खचितच होती. 'डोळे उघडे ठेवून स्वप्न बघा' या त्यांच्या आवडत्या वचनात हीच बाब अधोरेखित झालेली दिसते. त्यांनी आपल्या दृष्टिकोनावर प्रस्थापित प्रमाणित बाबींचा कधीच प्रभाव पडू दिला नाही, तरीही ते प्रत्येक बारीकसारीक गोष्टींचे तपशील जाणून घेण्यासाठी रात्रंदिवस झटत असत. मी त्यांच्याइतका मेहनती माणूस पाहिला नाही. कुठल्याही प्रकल्पातल्या सगळ्या खाचाखोचा आमच्यापैकी बहुतांशजणांपेक्षा त्यांना नेहमीच जास्त ठाऊक असत.

त्यांना ज्या क्षेत्रांतला पूर्वानुभव नव्हता, त्या क्षेत्रात त्यांनी पदार्पण केलं तरी त्यांचा स्वत:च्या शिकण्याच्या क्षमतेवर पूर्ण विश्वास होता. त्यांच्याच शब्दांत सांगायचं तर, याचमुळं त्यांच्या कुठल्याही स्वप्नाचं

दु:स्वप्न बनलं नाही आणि यामुळंच त्यांना प्रचंड प्रतिकूलतेला तोंड देत एका कक्षेतून दुसऱ्या कक्षेत जाण्याचं धैर्य लाभलं. अशा प्रकारे छोरवाडचा मुलगा भारतातील खाजगी क्षेत्रातील सर्वांत मोठ्या कंपनीचा निर्माता बनला!

कल्पनाचित्र आवाक्यातलं असलं पाहिजे, ते हवेत विहरणारं असून चालणार नाही. ते सुसाध्य असलं पाहिजे.

– धीरुभाई अम्बानी

धीरुभाईझम ५

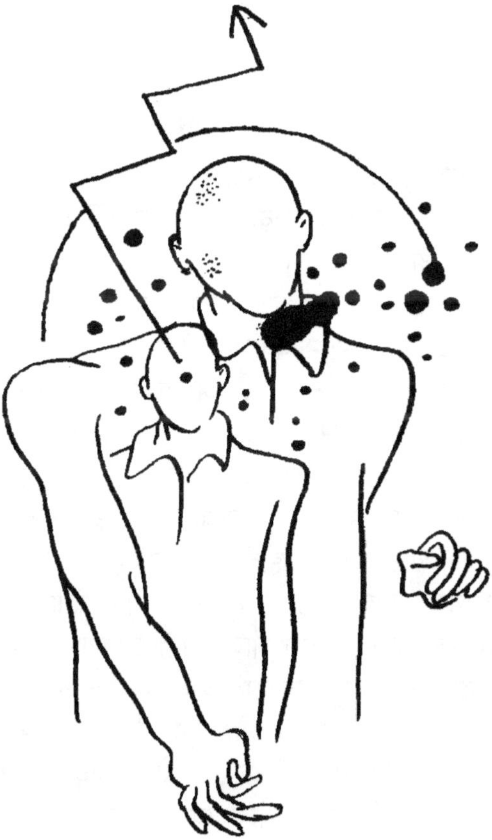

खांद्यावर हात टाकणारा नेता

काही नेत्यांना आपल्या हाताखालच्या लोकांच्या जास्त जवळ जाण्याचं भय वाटतं. त्यांनी आपल्या सहकाऱ्यांशी 'अतिपरिचयात' होऊ नये म्हणून कायम विशिष्ट अंतर राखलेलं असतं.

मात्र धीरुभाई आपल्या माणसांच्या समीप जाताना अगदी निर्धास्त असत. ते अगदी सहज स्वाभाविकपणे स्पर्श करत असत. त्यांना आमच्याशी काही चर्चा करायची असेल तर ते अगदी सहज आमच्या खांद्यावर हात टाकून चालता चालता बोलत असत. मी कुठल्याही मोठ्या संस्थेच्या C.E.O. (मुख्य कार्यकारी अधिकारी) ला असं करताना पाहिलेलं नाही. (एवढंच कशाला, मी स्वत: सुद्धा कधीही हे केलेलं नाही!) ही धीरुभाईंची स्वत:ची अशी खास स्टाईल होती. मी त्यांना भेटायला जायचो त्यावेळी त्यांना दिवसभरात माझ्यासाठी फक्त थोडा वेळ देता यायचा, तो म्हणजे त्यांच्या गाडीपर्यंत पायी चालत जाण्यासाठी लागणारा वेळ. तेवढ्या वेळात ते लगेच माझ्या खांद्यावर हात टाकायचे आणि चालता चालता, त्यावेळी जे काही प्रश्न असतील, त्यावर बोलायचे.

या साध्याशाच कृतीतून ते बऱ्याच गोष्टी साध्य करायचे. त्यांचा हात खांद्यावर पडताक्षणी मी एकदम सैलावायचो. तसंच माझ्या मनात आपल्याला

बरोबरीनं वागवतायत याची सुखद जाणीव तरळायची. त्यांचा आपल्यावर जीव आहे, त्यांच्या जवळचे मानले जावं इतपत आपण महत्त्वाचे आहोत असं वाटायचं.

त्यांची प्रत्येकाचं स्वागत करण्याची पद्धत म्हणजे, ते प्रफुल्ल चेहऱ्यानं "क्या दोस्त!" असं म्हणायचे. मग समोरचा माणूस कुठल्याही वर्गातला, कुठल्या संप्रदायाचा वा धर्माचा असो आणि त्यांचं ते खरोखर मनापासून असायचं. कदाचित त्यामुळंच त्यांनी आम्हाला इतक्या सहजतेनं त्यांच्याकडे खेचून घेतलं असावं. एखाद्या अंतर्मुख माणसाला सुरुवातीला अशा जवळीकीमुळं कदाचित अवघडल्यासारखं वाटलंही असेल, पण अवघ्या काही सेकंदांतच संकोचाच्या सगळ्या भिंती गळून पडत असत.

हेच सोप्या शब्दांत सांगायचं तर, तुम्ही जेव्हा एखाद्याच्या खांद्यावर हात टाकता, त्यावेळी संवाद सुकर होतो. गैरसमजांचा गढूळ तवंग आणि मनात दडपलेल्या नाराजीचे बुडबुडे झटपट पृष्ठभागावर येतात.

आणि मग धीरुभाईंना नातेबंधामध्ये एवढासा जरी ओरखडा उमटू पाहात असला तरी तो वेळीच दूर करणं सोपं व्हायचं. ते त्या ओरखड्याची दरी होऊन सगळं आवाक्याबाहेर जाण्याची वाट बघत नसत.

ते प्रभावी नेता बनण्याचं कारण हेच असावं. त्यांनी संपर्क व संवाद कलेत पारंगतता मिळवली होती. त्यांच्या व आमच्या दरम्यान कसलाही गैरसमज झाल्याची तक्रार आमच्यापैकी कुणीही कधीही केली असेल असं मला वाटत नाही. याचं संपूर्ण श्रेय अर्थातच त्यांना आहे. त्यांनी त्यांच्या सहकाऱ्यांना मौल्यवान ठेव्याप्रमाणे वागवलं आणि त्यांच्या व आमच्या दरम्यान संपर्कदुवा कायम खुला आहे याची आम्हाला खात्री देण्यासाठी खूप कष्ट घेतले.

यानंतर बरीच वर्षं उलटल्यानंतर, त्यांच्यापाशी गप्पा मारायला वगैरे फारसा वेळ नसायचा अशा वेळी सुद्धा आम्ही त्यांना कधीही भेटीची वेळ मागायचो आणि ते आमच्यासाठी वेळ काढायचेच... किमान त्यांच्या कार्यालयापासून ते गाडीपर्यंत चालण्याच्या अंतरात तरी त्यांना आमच्यासाठी वेळ असायचाच. कधी कधी ही भेट फक्त दहा मिनिटांचीच असायची. पण या भेटीत त्यांचा हात खांद्यावर पडला की मन भरायचं... मनात स्वत:बद्दल, आपल्या कामाबद्दल खूप छान भावना रुणझुणायच्या!

त्यांची लोकांना आपल्याकडं खेचून घेण्याची ही वृत्ती अनेक गोष्टींमधून

दिसली आहे. आमच्या खांद्यावर हात टाकणं हे फक्त एक उदाहरण झालं. धीरुभाईंनी अलिप्तपणा किंवा ठराविक वेचक लोकांशीच संबंध ठेवणं या गोष्टी कधीच केल्या नाहीत. त्यांनी लोकांना कधीच कटवलं नाही. उलट ते सदैव त्यांना त्यांच्या कल्पना व विचार ऐकण्यासाठी आमंत्रित करत असत. आता मागं वळून पाहता मला वाटतं की, असं सर्वसमावेशकत्व अंगीकारण्यासाठी मनाचा अभूतपूर्व मोठेपणा असायला हवा. बरेच लोक आपल्या मताशी विसंगत असू शकतील अशा अनेक पर्यायांना निमंत्रण देण्यास काहीसे घाबरतातच; पण धीरुभाईंनी मात्र लोकांना आपल्या कल्पना खुलेपणे सांगायला प्रवृत्त केलं. समोरच्या माणसाच्या मतामध्ये अर्थ आहे असं त्यांच्या लक्षात आलं तर ते ताबडतोब ते मत स्वीकारायचे, अशा वेळी आपलं मत बाजूला सारताना त्यांना जराही खेद नसायचा! माझ्या नेहमी मनात यायचं की, अशा खुल्या दिलाचं असायला अंगी फार उमदेपणा पाहिजे.

आणि होय, धीरुभाईंचा हा एक विलक्षण गुण होता... त्यांचा माझ्या खांद्यावर पडलेला प्रेमळ हात शब्दांपलीकडलं व्यक्त करायचा... मी त्यांचा आहे, त्यांचा माझ्यावर विश्वास आहे असं वाटायचं आणि त्याहूनही महत्त्वाचं म्हणजे ते माझ्या पाठीशी आहेत हा निर्धास्तपणा वाटायचा!

आपण विश्वास ठेवायला शिकलं पाहिजे. शतकानुशतकं भारतीयांमध्ये आपल्याच देशबांधवांप्रती अविश्वासाची भावना रुजवली आहे. यामुळे राष्ट्रीय ऊर्जेचा ऱ्हास होतो. अविश्वासामुळं पुढाकार घेऊन काम करण्याची भावना मरते. अविश्वासामुळं लोक डावपेच व लबाडी करतात. विश्वास व पारदर्शकता यांमुळे उद्योजकतेला चालना मिळते.

– धीरुभाई अम्बानी

धीरुभाईझम ६

धीरुभाईंचा सिद्धान्त : पुरवठ्यामुळे मागणी निर्माण होते

धीरुभाई एम.बी.ए. नव्हते की अर्थतज्ज्ञ नव्हते. खरं तर ते फक्त मॅट्रीक उत्तीर्ण होते. पण त्यांनी पारंपरिक मार्केट सिद्धान्त अनुसरत त्यानुसार वाटचाल केली आणि ते यशस्वीही झाले. होय, ज्यावेळी भारतातील प्रत्येकजण बाजारपेठेच्या अपेक्षांचा काळजीपूर्वक अभ्यास केल्यानंतरच अंदाज घेत-घेतच उभारणी करत होता, त्यावेळी धीरुभाईंनी प्रचंड वेगानं झेप घेत भव्य उत्पादन प्रकल्प उभारले. हे प्रकल्प त्याकाळी विश्वास न बसण्याइतक्या प्रचंड क्षमतेचे होते. (१९८० साली, रिलायन्स पाताळगंगाची पॉलिएस्टर फिलामेंट यार्न (PFY) क्षमता १०,००० टन होती, त्यावेळी याचं भारतवर्षातील एकूण मार्केट ६००० टन होतं.) धीरुभाईंच्या बरोबरचे बाकीचे लोक यामुळे गोंधळून गेले. धीरुभाईंसारख्या सुयोग्य शैक्षणिक पार्श्वभूमी नसलेल्या माणसाचा हा निर्णय बरोबर असू शकेल हे वास्तव पचवणं त्यांना फार कठीण होतं.

मात्र, अर्थविषयक सिद्धान्ताचं शिक्षण नसण्याची उणीव धीरुभाईंच्या शिकण्याच्या प्रचंड क्षमतेनं भरून निघाली. त्यांच्या ठायी विलक्षण 'कॉमन सेन्स' होता. त्यांच्या अंत:प्रेरणाही अतिशय प्रखर होत्या. अर्थातच त्यामागे अनेक वर्षांचं वाचन, बाजारपेठेतील प्रवाहांचा अभ्यास, इतरांचं काळजीपूर्वक

ऐकून घेणं आणि त्यांनी स्वत: विकसित केलेली अंदाज बांधण्याची क्षमता यांचं संचित होतं. पण इतकी सगळी तयारी असली तरी, अशा प्रकारचं क्रांतिकारी पाऊल सर्वप्रथम उचलण्यासाठी अंगी जबरदस्त धाडस पाहिजे ही गोष्ट कुणीच नाकारू शकत नाही. धीरुभाईंजवळ विपुल प्रमाणात असणारी आणखी एक गोष्ट म्हणजे स्वत:च्या ठाम मताबाबतचं धाडस. त्यांना एकदा का स्वत:च्या गृहपाठाबद्दल आत्मविश्वास आला की ते सर्वस्वी अपरिचित प्रदेशात धाडसानं पाऊल टाकायचे... त्यांचं हे धाडस नवा मुलूख शोधणाऱ्या वीराच्या तोडीचंच असे. बाजारपेठेचा विस्तार होण्यानं केवळ 'रिलायन्स'लाच नव्हे तर अवघ्या औद्योगिक जगताला व अखेर पर्यायानं देशाला फायदा होणार आहे याची त्यांना ठाम खात्री होती. नरोडा येथील त्यांच्या कापड गिरणीच्या अनुभवानं त्यांना आकारमान व विक्री यांतील परस्परसंबंधाचं महत्त्व शिकवलं होतं. 'मागणी निर्माण करण्यासाठी पुरवठा करणं' हा त्यांचा निराळ्या वाटेवरचा सिद्धान्त त्यांच्या स्वानुभवावरून बुद्धीसंपन्न अनुमानं काढण्याच्या कुवतीचं फलित म्हणावं लागेल.

परिणामी, पुरवठा सामावून घेण्यासाठी बाजारपेठ बहरली आणि किमती भरपूर उतरल्यामुळे ग्राहकाचा फायदा झाला. उत्पादनांची उपलब्धता वाढली तशा त्यांच्या किमती परवडण्याजोग्या झाल्या. हे साधं सरळ सोपं तर्कशास्त्र होतं. पण हे प्रत्यक्ष व्यवहारात फायदेशीर होण्यासाठी गती व कार्यक्षमता यांची गरज आहे, ही गोष्ट धीरुभाई जाणून होते. त्यामुळे ते सातत्यानं व जलद गतीनं तंत्रविषयक आघाडी अद्ययावत बनवत गेले, बाजारातून पैसे उभे करण्यासाठी नवनव्या योजना सादर करत गेले, हाच पैसा पुन्हा त्यांच्या प्रकल्पात घालून प्रकल्पक्षमता वाढवत गेले... आणि त्यांनी हे सगळं एकाच वेळी केलं. याची फलनिष्पत्ती सर्वांसमोर आहेच!

ज्यावेळी उद्योगक्षेत्राला मागणी असेल, त्यावेळी साहजिकच इथल्या खेळाडूंची संख्या वाढेल आणि आपला आर्थिक पट बदलून अर्थातच अधिक संपन्न होईल. उदाहरणार्थ, पाताळगंगा प्रकल्प लगेचच सर्वाधिक क्षमतेनं सुरू झाला होता. परिणामी, प्रकल्पाच्या अर्थकारणात, १९९४ साली धीरुभाईंची यार्नची 'कन्व्हर्जन कॉस्ट' प्रती पौंड १८ टक्क्यांनी खाली झाली होती. त्यावेळी हीच टक्केवारी पश्चिम युरोपच्या बाबतीत ३४, तर उत्तर अमेरिकेच्या बाबतीत ३४ होती. रिलायन्स अगदी अल्पावधीतच त्यांच्या तांत्रिक सहकाऱ्यांना– अमेरिकेच्या ड्यूपॉन्टला

यार्न निर्यात करत होतं!

याच सिद्धान्ताची अभूतपूर्व फलनिष्पत्ती मुकेश अम्बानींनी रिलायन्स इन्फोकॉम (आता 'रिलायन्स कम्युनिकेशन्स)च्या बाबतीत घडवली आहे. त्यांनी हाच दृष्टिकोन (vision) स्वीकारून पुढं वाटचाल केली आहे. भारताच्या मोबाईल टेलीफोनी क्षेत्रात 'रिलायन्स इन्फोकॉम पूर्वी आणि रिलायन्स इन्फोकॉम नंतर' अशी सुस्पष्ट विभागणी नेहमीच आढळेल. या संदर्भात आकडेवारीच बोलकी आहे. जानेवारी २००३ मध्ये मोबाईल ग्राहकांची संख्या होती १३ दशलक्ष. त्यानंतर 'रिलायन्स इंडिया मोबाईल'चं आगमन झाल्यानंतर अवघ्या १६ महिन्यांत ही संख्या ३० दशलक्षांवर पोहोचली आणि जुलै २००६ अखेर हाच आकडा १११.२३ दशलक्षांपर्यंत पोहोचला. (१० ऑगस्ट २००६ TRAI प्रेस रिलीजनुसार) तसंच हँडसेट्सच्या किमतीही अधिक परवडण्याजोग्या झाल्या व टॉक टाईमही अधिक मिळू लागला.

होय, हे धीरुभाईंचं आणखी एक सहसा कुठं न आढळणारं कौशल्य होतं– मार्केटमध्ये काय होईल हे नेमकं ओळखण्याची विलक्षण हातोटी!

भव्य गोष्टींचा विचार करा, जलद विचार करा, काळाच्या पुढचा विचार करा. संकल्पना ही कुणाची मक्तेदारी नाही.

– धीरुभाई अम्बानी

धीरुभाईझम ७

पैसा हे उत्पादन नाही. ते जोडउत्पादन आहे, त्यामुळे त्याच्या मागे लागू नका

भारतातील सर्वांत श्रीमंत उद्योगपतींच्या तोंडी हे शब्द विचित्र वाटतील, पण धीरुभाईंची यावर जीवनभर श्रद्धा होती आणि त्यांनी मला हेच शिकवलं. उदाहरणादाखल सांगायचं तर, ते मला 'मुद्रा'च्या उभारणीबाबत सांगत असायचे तेव्हा त्यांची अगदी स्पष्ट सूचना असे : देशातील सर्वोत्तम कापड-जाहिरात तयार करा. त्यांनी मला फक्त एवढीच सूचना दिली असेल.

हा 'मुद्रा'त नियमच होता. त्यांनी 'मुद्रा'च्या नफ्याबद्दल कधी एका शब्दानं काही सांगितलं नाही... 'मुद्रा' ही देशातली सर्वांत मोठी अथवा सर्वांत श्रीमंत जाहिरात संस्था व्हायला हवी असा त्यांनी कधी उल्लेख देखील केला नाही. उलट त्यांनी 'उत्कृष्ट जाहिरातनिर्मिती' हे माझ्यासाठी ध्येय आखून दिलं.

स्पष्टपणे सगळं खुलं करून सांगणं धीरुभाईंच्या स्वभावातच नव्हतं. विशेषत: ते आम्हाला एखादी गोष्ट शिकवत असायचे तेव्हा तर नाहीच नाही. ते फक्त आम्हाला मार्ग दाखवायचे. त्यानंतर आमचे धडे आम्हीच शिकायचे असत. त्यांनी मला दिलेल्या सूचनेत एक संदेश ध्वनित होता. जेव्हा तुम्ही एखादं चांगलं काम करता तेव्हा त्याला मान्यता मिळतेच

मिळते. म्हणतात ना, 'अ लिट कॅन्डल कान्ट बी हिड.' जेव्हा तुमच्या कामाला मान्यता मिळते तेव्हा तुम्हाला पाय रोवून उभं राहता येतं. जेव्हा तुमचं काम इतरांना प्रभावित करेल तेव्हा तुमचे संभाव्य ग्राहक तुमचं बोलणं ऐकून घेतील. त्यापैकी काहीजण तर आपणहून तुमच्याकडं येऊन तुम्हाला काम देऊ करतील. अधिक काम याचा अर्थ अधिक पैसा. हेच सोप्या शब्दांत सांगायचं तर– पैसा हे चांगल्या कामाचं जोड-उत्पादन असतं.

जोड-उत्पादन ही गोष्ट अशी असते की जी तुम्ही आधी करायची ठरवलेली नसते. तो तुमचा मूळ उद्देश नसतो. ते तुमच्या आवडीनिवडीनुसार घडत नसतं. तुम्ही एखादी भव्य निर्मिती करता, त्यावेळी त्या प्रक्रियेदरम्यानच हे जोड-उत्पादन निर्माण होत असतं. उदाहरणादाखल सांगायचं तर, तुम्ही लाकडाचे ओंडके कापलेत, तर लाकडाचा भुसा हे जोडउत्पादन मिळेल आणि ते चांगलंच किफायतशीरही ठरू शकेल! बऱ्याच लोकांची चुकीची धारणा असते, की माणसं झपाटून संपत्तीसंचयाच्या मागं लागून अब्जाधीश बनतात. हे गृहीत बरोबर नाही!

कदाचित तुम्हाला वाटेल की, उत्तम उत्पादननिर्मितीवर लक्ष एकवटण्याऐवजी पैशावर लक्ष एकवटण्यात इतकं काय गैर आहे?

याचं उत्तर सोपं आहे. जेव्हा पैसा मिळवणं हेच तुमचं मूलभूत ध्येय बनतं त्यावेळी तुम्ही आडवळणी मार्ग शोधता कारण त्यावेळी आपण किती पैसे वाचवू शकतो अथवा मिळवू शकतो यालाच तुमचं प्राधान्य असतं. दर्जाच्या बाबतीत तडजोड केली तर त्याची परिणती वाईट उत्पादनात होते. तुम्ही तुमच्या काही ग्राहकांना काही काळ मूर्ख बनवू शकाल, पण तुमच्या लक्षातसुद्धा येण्याआधी तुमच्या उत्पादनाच्या अकार्यक्षमतेबद्दल व अविश्वासार्हतेबद्दल तुमच्या व्यावसायिक वर्तुळात चर्चा सुरू होईल.

असं बरेचदा घडतं, तुम्ही पाहिलं नाहीत? वाईट उत्पादनामुळं 'तुमचे' ग्राहक तर दूर जातीलच, पण ते तुमच्याच स्पर्धकांकडं खेचले जातील! आणि जेव्हा असं घडतं तेव्हा व्यावसायिक संदर्भात आपणच आपल्या मृत्यूच्या फर्मानावर स्वाक्षरी केल्याचं तुमच्या ध्यानात येतं.

त्याचवेळी उत्तम उत्पादन हे जणू तुमचा वैयक्तिक दूत बनतं. ते तुमच्या ग्राहकांचे व तुमचे कायमचे नातेबंध जोडतं. मग तुम्हाला उत्तम व्यावसायिक भागीदार तर लाभतातच. शिवाय ते त्यांच्या परिचयाच्या

वर्तुळात हटकून तुमच्याच नावाची शिफारस करतात, आणि हेच पैशाचा अखंड स्रोत निर्माण करण्याचं गुपित आहे.

पैसा हे तुमच्या उत्पादनाचं मूल्य असतं. पैसा हे कधी स्वत:च उत्पादन नसतं किंवा तसं ते असूही शकत नाही. याला अपवाद असेल तो फक्त भारतीय रिझर्व्ह बँकेचा... ती फक्त आपल्यासाठी नियमित पैसे छापत असते!

तुम्ही दृढ निश्चयानं परिपूर्ण कार्य केलंत तर यश चालून येईलच.

– धीरुभाई अम्बानी

धीरुभाईझम ८

व्यावसायिकाला एकट्यानं काम करण्याचं स्वातंत्र्य द्या

हा गुण आत्तासारखाच सत्तर व ऐंशीच्या दशकातही दुर्मिळच होता. कितीही कळकळीनं निषेध केला तरीही, मालक – व्यवस्थापक – ग्राहक व इतर लोक व्यावसायिकाला एकट्यानं काम करू देत नाहीत. ते अगदी घाईनं त्यांची सेवा घेतात, खरं तर ते उद्योगक्षेत्रातील सर्वोत्तम व्यावसायिक निवडण्यासाठी खूप कष्ट घेतात, त्याबद्दल त्याला घसघशीत मोबदलाही देतात, पण एकदा का त्याला कामावर नेमलं की विचित्रच घडतं. ज्या व्यावसायिकाला केवळ त्याच्या नैपुण्याच्या उत्तम ख्यातीमुळं कामावर नेमलेलं असतं, त्याला अचानक संबंधित मालकाच्या/व्यवस्थापकाच्या व्यक्तित्वाचा विस्तारीत भाग मानलं जाऊ लागतं! त्यानंतर हा व्यावसायिक केवळ एक साधन बनतो, मालकाच्या/व्यवस्थापकाच्या आज्ञा पाळणं हेच त्याचं काम बनतं.

जेव्हा जेव्हा असा प्रकार दिसतो (तो बरेचदा दिसतोच!) तेव्हा मला धीरुभाईंची आणि त्यांच्या व्यवस्थापन तंत्रांची आठवण होते. त्यांची ही तंत्र आजही तशीच ताजी-टवटवीत व निराळी आहेत. एक उदाहरण सांगतो, १९७० च्या दशकाच्या अखेरीस आम्ही स्वत:ची जाहिरातसंस्था सुरू करायचं ठरवलं त्यावेळी त्यांनी माझ्यावर सोपवलेली पहिली कामगिरी

म्हणजे– या एजन्सीचं नामकरण. मी तीन नावं घेऊन त्यांच्याकडे गेलो, त्यातली दोन नावं पाश्चात्त्य होती आणि एक भारतीय होतं. तो काळ वेगळा होता. त्यावेळी इंग्रजी धाटणीची प्रत्येक गोष्ट 'इन' व 'अपमार्केट' समजली जात असे. माझी आधीची एजन्सी– शिल्पी व उल्का, सिस्ताज अशा आणखी काही कंपन्या सोडल्या तर भारतीय नावं फारशी नव्हतीच. जाहिरातविश्वावर पश्चिमेचा प्रचंड प्रभाव असल्यामुळे ग्राहकांत व या क्षेत्रातील मंडळींमध्ये सहज स्वीकृती मिळवण्यासाठी हाच मार्ग अनुसरणं समजण्याजोगं होतं.

धीरुभाईंनी ती नावं पाहिली आणि मला विचारलं, 'तुम्हाला कुठलं आवडलंय?'

मी म्हणालो, 'मुद्रा!'

ते तीनपैकी एकमात्र भारतीय नाव होतं.

मग धीरुभाईंनी मला विचारलं की 'याच नावाला तुमची पहिली पसंती का आहे?'

मी त्यांना सांगितलं की, हेच नाव माझ्या व्यक्तिमत्त्वाला साजेलसं आहे. मी ज्या एजन्सीचं प्रमुखपद भूषवणार आहे त्या एजन्सीसाठीही हे नाव अनुरूप आहे. मी संपूर्णतः भारतीय आहे. दिसण्यातही व वागण्या-बोलण्यातही. माझ्या व्हिजिटिंग कार्डावरच्या एखाद्या इंग्रजी नावामुळं माझी प्रतिमा फसवी व चुकीची ठरेल.

त्यांनी माझं बोलणं ऐकून घेतलं आणि म्हणाले, "ओके, गो अहेड ॲन्ड डू इट!"

बस एवढंच! त्यांनी पुढं काहीही विचारलं नाही. कसल्या सूचना दिल्या नाहीत की सल्ले ऐकवले नाहीत.

फक्त साधं-सरळ वाक्य... गो अहेड.

ही फक्त सुरुवात होती. त्यानंतरही त्यांनी मला सगळ्या निर्णयांमध्ये संपूर्ण स्वातंत्र्य दिलं. माझ्यावर किंवा माझ्या एक्झिक्युटिव्हजवर अजिबात देखरेख अथवा नजर कधीही नव्हती! त्यांनी माझ्यावर जो प्रचंड विश्वास दाखवला त्यामुळंच माझ्यात आपण त्यांना कधीही निराश करायचं नाही ही प्रेरणा जागली. त्यांनी मला विशिष्ट काम सोपवलेला व्यावसायिक समजून वागवलं आणि मीही माझ्या बाजूनं काम चोख करण्यासाठी प्रयत्नांची

पराकाष्ठा केली.

१९८०च्या दशकात म्हणजे 'मुद्रा'च्या प्रारंभीच्या काळात 'रिलायन्स'ची कापड उत्पादक युनिट ते भव्य कंपनी या दिशेनं घोडदौड सुरू होती. त्यादरम्यान धीरुभाईंवर सतत व्यावसायिक हितसंबंधांमुळे माझ्याकडे वेगवेगळी माणसं पाठवण्याचा दबाव येत असे. मात्र त्या व्यक्तीची कितीही शिफारस असली तरी ते मला कुणालाही काम देण्याची अथवा कामावर नेमण्याची कधीही सक्ती करायचे नाहीत.

धीरुभाई फक्त त्या व्यक्तीच्या माहितीसोबत एक छोटीशी चिठ्ठी जोडायचे. त्यावर लिहिलेलं असे– 'ऑन मेरिट.'

बाकीचं सगळं त्यांनी माझ्यावर सोपवलेलं असायचं. अशा छोट्या छोट्या प्रसंगांतून त्यांनी त्यांचा माझ्या व्यावसायिकतेवरचा विश्वास दाखवून दिला आणि त्याहूनही महत्त्वाचं म्हणजे त्यांनी मी योग्य तेच करीन हा माझ्याप्रती विश्वास दाखवला.

मला वाटतं, सगळ्यांत सोपी धोरणंच स्वीकारायला नेहमी सर्वांत अवघड असतात. धीरुभाईंच्या विलक्षण व्यवस्थापन तंत्राचं हे रहस्य होतं. त्यांचं हे तंत्र पुस्तकी नव्हतं, तो होता मन आणि बुद्धी यांचा कौशल्यपूर्ण मिलाफ! याच अपूर्व पद्धतीद्वारे त्यांनी सामान्य एक्झिक्युटिव्ह्जकडून असामान्य कर्तृत्व घडवून दाखवलं.

तरुणांना (तुमच्या माणसांना) सुयोग्य वातावरण द्या. त्यांना प्रेरणा द्या. त्यांना आवश्यक तो पाठिंबा देऊ करा. त्यांच्यातल्या प्रत्येकाजवळ अमर्याद ऊर्जास्रोत आहे. तो स्रोत ते मुक्त करतील.

– धीरुभाई अम्बानी

धीरुभाईझम ९

सतत तुमची कक्षा बदला

हे विधान समजण्यासाठी आधी धीरुभाईंचा 'कक्षा सिद्धान्त' समजून घ्यायला हवा. ते नेहमी सांगायचे की आपण सर्वजण आधीपासून ठरवलेल्या कक्षेत जन्माला आलो आहोत. पण आपण स्वत:मध्ये प्रेरणा जागवून पुढच्या कक्षेत प्रवेश करणं हे मात्र आपल्यावर अवलंबून असतं. म्हणजेच पुढच्या पायरीपर्यंत जाण्याची एक प्रकारची उत्क्रांतीच होय. अर्थातच आपण ज्या कक्षेत जन्मलो, त्याच कक्षेत जगणं, त्याच कक्षेत मरणं हा पर्याय निवडू शकतो. बरीचशी माणसं तेच करतात. पण त्यामध्ये अंगभूत सामर्थ्य वाया जातं. खरं तर आपल्या सर्वांमध्ये एक महत्त्वपूर्ण अंत:प्रेरणा असते की आपल्यालाही आपल्या पूर्वजांप्रमाणेच पुढच्या पायरीपर्यंत उत्क्रांत व्हायचं असतं. यामागं बरीच कारणं असू शकतील. बदलत्या वातावरणात तग धरून राहण्याची इच्छा ही त्यातली सर्वांत महत्त्वाची बाब होय. उत्क्रांत होण्यात अपयशी ठरण्याचे आनुषंगिक परिणाम आपण सर्वजण जाणतोच– डायनॉसोरसारखे आपणही नष्ट होऊ! धीरुभाईंसारख्या काही थोड्याच लोकांनी जीवनात अगदी सुरुवातीलाच ही गोष्ट जाणली आणि इतरांहून जलद ती पकडली आणि पहिल्याप्रथम असणाऱ्यांना मिळणारे लाभही घेतले.

तर मी धीरुभाईंचा 'कक्षा सिद्धान्त' सांगत होतो... आपण जेव्हा प्रयत्नपूर्वक दुसऱ्या कक्षेत पाऊल ठेवतो, तेव्हा त्याचा लाभ फक्त आपल्यालाच नाही तर आपल्याशी संलग्न असलेल्या प्रत्येकाला होतो. आपल्याला जर आपल्या देशाचं 'विकसनशील देश' ते 'विकसित देश' हे स्थित्यंतर घडवायचं असेल, तर आपण सर्वांनी हा मंत्र सातत्यानं जपला पाहिजे. एकेकाळी आपल्या देशाचा विकासदर फक्त ४% होता आणि त्याला हिंदू विकास दर असं कुत्सितपणे संबोधलं जात असे! पण आजघडीला बघा. आज आपण ७% ते ८% इतका उत्तम व भक्कम दर गाठण्यापर्यंत मजल मारली आहे. हा काही चमत्कार नव्हे. ही धीरुभाईंसारख्या काही मोजक्या, दृढनिश्चयी अशा कक्षाबदल करणाऱ्यांच्या प्रयत्नांची परिणती आहे. या व्यक्तींच्या परिश्रमांचा त्यांच्या क्षेत्रांना खूप मोठ्या परिघात लाभ झाला आहे.

अगदी लहान प्रमाणात मी सुद्धा 'मुद्रा'मध्ये कक्षाबदलांचा थरार अनुभवला आहे. १९८०च्या दशकामध्ये आम्ही अगदी लहान होतो. पण अवघ्या दहा वर्षांच्या आत अहमदाबादमधली आमची लहानशी एजन्सी देशातील तिसरी मोठी कंपनी बनली. आम्ही हे साध्य केलं तेव्हा माझ्या ध्यानात आलं की, यामुळे आमच्यासाठी संधींचं नवं जग खुलं झालं आहेच. पण या व्यवसायात येणाऱ्या बहुसंख्य तरुणाईसाठीही ते खुलं झालंय. मोठेपणा आपल्यासोबत काही विशिष्ट फायदे निर्विवादपणे आणतो. तुम्ही 'मोठे' असता तेव्हा तुम्ही अधिक चांगल्या गोष्टी विकत घेऊ शकता. याचाच अर्थ असा की, तुम्हाला तडजोड करून बाजारातली कमी दराची वस्तू घ्यावी लागत नाही. अधिक चांगल्या क्रयशक्तीमुळे तुम्हाला अधिक चांगली गुंतवणूक क्षमता लाभते आणि उत्तम गुंतवणूक भविष्यासाठी नेहमीच लाभदायक ठरते.

त्याजोडीनं तुम्हाला नवे प्रयोग करणं, नव्या वाटा चोखाळणं याचीही संधी मिळते. आपण सर्वजण जाणतोच की, विशिष्ट प्रमाणात धोका पत्करण्याची तयारी व प्रयोगशीलता यांद्वारेच खराखुरा विकास घडू शकतो. मोठेपणा लाभला की तुम्हाला प्रयोगांना प्रोत्साहन देणं परवडू शकतं. आम्ही अशाच प्रकारे MICA (मुद्रा इन्स्टिट्यूट ऑफ कम्युनिकेशन्स, अहमदाबाद) सारखी शाखा सुरू करण्याचा नवा पायंडा पाडू शकलो. ही जगातली अशा प्रकारची एकमात्र संस्था असेल.

तुम्ही जेव्हा मोठे होता तेव्हा तुम्ही उद्योगविश्वात मापदंड प्रस्थापित करू शकता. तुमच्या उद्योगाच्या आकारमानावर तुमच्याकडं नेतृत्व स्वाभाविकपणे चालून येतं आणि या भूमिकेत तुम्ही ज्या उद्योगक्षेत्रात कार्यरत आहात त्यावर तुमचा प्रभाव ठेवू शकता.

तथापि, एक गोष्ट पक्की लक्षात ठेवायला हवी, ती म्हणजे– तुम्ही जेव्हा तुमच्या विकासासोबत कक्षा बदलता तेव्हा एका मार्गावरून दुसऱ्या मार्गावर जाताना प्रचंड घर्षण निर्माण होणं अपरिहार्य असतं. एक काळ असा होता की धीरुभाईंच्या यशाच्या चढत्या आलेखासोबत त्यांच्या निंदकांची झोंबरी टीकाही अधिकाधिक धारदार बनत होती.

धीरुभाईंनी एकदा हे अगदी समर्पक शब्दांत सांगितलं होतं: माझं यश हाच माझा सर्वांत मोठा शत्रू आहे.

एकदा AGMला संबोधित करताना ते म्हणाले होते: "आपण जेव्हा चांगली कामगिरी करतो तेव्हा अर्थातच आपल्या टीकाकारांना आनंद होत नाही. आता आपल्याला नजीकच्या भविष्यकाळात काही गरुडभराऱ्या घेणं भाग असल्यामुळं असले हल्ले होणं स्वाभाविक आहे... जेव्हा तुम्ही एका कक्षेतून दुसऱ्या कक्षेत जाता, तेव्हा घर्षण निर्माण होतं आणि ते स्वाभाविकच आहे."

ज्याप्रमाणे अंतरिक्षयानाची रचना पृथ्वीची गुरुत्वाकर्षणशक्ती भेदून जाण्याच्या दृष्टीनं केलेली असते, तसंच तुम्हीही तुमचे पाय मागं खेचणाऱ्या शक्तींना भेदून जाण्याइतके मानसिकदृष्ट्या खंबीर असलं पाहिजे. त्याचप्रमाणे तुम्ही विरळ हवामानात स्वत:ची वाफ होऊ नये म्हणून स्वसंरक्षणार्थ उष्णतारोधक कवचही तयार केलं पाहिजे! कक्षेतून बाहेर पडताना घर्षण निर्माण होणं ही नैसर्गिक आनुषंगिकता असल्यामुळं असं उष्णतारोधक कवच नसलं तर तुम्हाला या उष्णतेची अगदी वाईट झळ सहज बसू शकते. हे 'घर्षण' अफवा, कंड्या, वेगळं पाडणं, तुमच्यावर शरसंधान करणाऱ्यांचा मत्सर प्रतिबिंबित करणारी हास्यास्पद विधानं, एवढंच नव्हे तर हुशारीनं मांडलेले 'फर्स्ट हॅन्ड रिपोर्ट्स' यांमधून अस्तित्व दाखवत राहतं! अशा प्रबळ नकारात्मकतेची चिंता केवळ तुम्हाला चितेप्रत नेईल. लक्षात ठेवा, तुम्ही यातून केसालाही धक्का न लागता सहीसलामत बाहेर पडाल त्यावेळी यशस्वी झाल्याचा आनंद अतुलनीय असेल आणि तुम्हाला

साऱ्यासाऱ्याचा विसर पाडणारा असेल.

यातील सर्वांत चांगली गोष्ट म्हणजे तुमच्या आधीच्या कक्षेतले तुमचे शत्रू तुमच्या या नव्या कक्षेत तुमच्यापर्यंत कधी पोहोचूसुद्धा शकणार नाहीत. तुमच्या या नव्या कक्षेत पुन्हा अशीच संतापी टीकास्त्र सुटतील तोवर तुम्ही आणखी पुढच्या कक्षेत प्रवेश केला पाहिजे. अशा प्रकारे तुम्ही अधिक मजबूत व मोठे होईपर्यंत वाटचाल करायला हवी.

'रिलायन्स'मध्ये विकासाला कसल्याही सीमारेषा नाहीत. मी माझं भविष्याचं कल्पनाचित्र पुन:पुन्हा तपासून त्यात सुधारणा करत राहतो. तुम्ही स्वप्नं पाहत असाल तरच तुम्हाला हे शक्य होतं.

– धीरुभाई अम्बानी

धीरुभाईझम १०

आशावाद : धीरुभाईझमचे मध्यवर्ती सूत्र

भारतीय मध्यमवर्गाला स्वप्नं पाहायला शिकवण्याचं श्रेय जर कुणाला द्यायचं असेल तर ते धीरुभाईंनाच द्यावं लागेल. सत्तरच्या दशकाच्या अखेरीस व ऐंशीच्या दशकाच्या प्रारंभी, न संपणाऱ्या लालफितीत व सततच्या उद्विग्नतेत सापडलेल्या, सामान्य मध्यमवर्गीय व कनिष्ठ मध्यमवर्गीय जगतात धीरुभाई वाऱ्याच्या ताज्या झुळकीसारखे अवतरले. त्यांनी लोकांना सिद्ध करून दाखवलं की, मी जसं असाध्य ते साध्य करून दाखवू शकतो तसं तुम्हीही करून दाखवू शकता!

याचा प्रारंभ झाला १९७७ साली... ज्यावेळी उद्योगाशी स्नेहपूर्ण नातं न राखणाऱ्या बँकिंग पद्धतीनं धीरुभाईंना त्यांच्या नरोडा येथील रिलायन्स कापड गिरणीच्या विकास/विस्तारासाठी कर्ज नाकारलं. धीरुभाईंना कर्ज हा विषय नवा नव्हता. ते ॲडेनमध्ये होते त्यावेळी आणि मुंबईतील त्यांच्या सुरुवातीच्या काळात ते व्यापारासाठी विविध अल्पकालीन कर्ज घेत असत, त्यावेळी 'नफा तुमचा, नुकसान माझं' हे धीरुभाईंचं आवडतं घोषवाक्य होतं. ते कर्जाऊ रक्कम घेताना त्या इतक्या औदार्यपूर्ण अटींवर घ्यायचे की लोक त्यांच्याकडे येऊन त्यांना पैसे देऊ करायचे! पण रिलायन्स नरोडाला याखेपेला खूप मोठी रक्कम हवी होती... त्यांना काही कोटी रुपये हवे होते!

यातूनच त्यांनी नव्या वाटेवर पाऊल टाकलं. त्यांनी त्यांची कंपनी लक्षावधी मध्यमवर्गीय भागधारकांसाठी खुली करायची ठरवलं. त्यांच्या लेखी कोणतीही रक्कम वा कोणताही गुंतवणूकदार फालतू नव्हता. त्यांनी त्यांचे पैसे घेतले, सोबत त्यांचा विश्वासही मिळवला आणि अभूतपूर्व कर्तृत्व घडवून या 'बँकर्स'ना– त्यांना ते भागधारक म्हणायचे– इतकी वर्षं भरघोस परतावा दिला. रिलायन्सचे समभाग विकून घरं बांधणारे, मुलींची लग्न करणारे, मुलांना शिक्षण देणारे अनेक लोक आढळतील. ते सुद्धा ज्यावेळी सामान्य माणसाला असल्या खर्चांसाठी बँकेकडून कर्ज मिळणं अशक्य कोटीतलं होतं त्या काळात!

आजच्या आशावादी भारतीयांचं पहिलं रोपटं बहुधा त्याचवेळी लावलं गेलं असावं.

धीरुभाईंनी मध्यमवर्गीयांना स्वप्नं पाहण्याची संधी तर दिलीच, पण त्यांचं स्वत:चं आयुष्य अनेकांसाठी आशेचा दीपस्तंभ बनलं आणि आजही बनत आहे. स्वातंत्र्यपूर्व काळात लहानशा खेड्यातल्या लक्षावधी बालकांचं बालपण जसं जायचं तसंच धीरुभाईंचंही बालपण गेलं होतं. जे कुणी लहानपणी, आईवडिलांना चप्पल घेऊन देणं परवडत नव्हतं म्हणून अनवाणी हिंडले असतील, शाळेला पायी चालत गेले असतील, ज्यांनी कपड्यांच्या फक्त दोन जोडांवर दिवस काढले असतील त्यांना धीरुभाईंच्या बालपणामध्ये स्वत:चं प्रतिबिंब दिसेल! पण दृढ निश्चय, अत्यंत कठोर परिश्रम आणि आपली स्वप्नं सत्यात उतरवण्याच्या स्वत:च्या क्षमतांबाबत दुर्दम्य आशावाद या अपूर्व मिलाफामुळं धीरुभाई त्यांच्या मध्यमवर्गीय आयुष्यातून वर आले आणि उत्तुंग भरारी घेऊन त्यांनी साम्राज्य उभारलं... त्यांची कंपनी ही भारतातील खाजगी क्षेत्रातील प्रथम क्रमांकाची कंपनी तर आहेच. पण ही फॉर्च्युन ५०० यादीत स्थान मिळवणारी भारतातील खाजगी क्षेत्रातील पहिली कंपनीही आहे. धीरुभाईंना त्यांच्या मुळांचा अतिशय अभिमान होता. ते त्यांच्या यशाशी संबंधित प्रत्येक संभाषणात कटाक्षानं याचा उल्लेख करत असत, कारण त्यांच्या मते त्यांचं जीवन, यशप्राप्तीसाठी वारसा अथवा विशेषाधिकारयुक्त संपन्न पार्श्वभूमी असण्याची गरज नसते, याची सर्वोत्तम साक्ष होतं.

'आशा हे तुमचं सर्वांत प्रभावी आयुध आहे.' त्यांना पेनसिल्वानियाच्या

व्हार्टन स्कूलमध्ये 'डीन्स मेडल' प्रदान करण्यात आलं त्यावेळी सत्काराला उत्तर देताना केलेल्या भाषणात त्यांनी हे सांगितलं होतं. त्यांना उच्च सन्मानानं विभूषित करण्यात येत होतं, तेव्हा सुद्धा ते सर्वसामान्य भारतीय मध्यमवर्गीय माणसाच्या मनाला भिडणारं बोलत होते, त्याच्या मनात आशावाद निर्माण करत होते. हाच धीरुभाईंचा सर्वांत विलक्षण गुण होता. त्यांनी कधीच स्वत:ची पाठ थोपटून घेतली नाही, तर त्यांनी त्यांना मिळालेल्या प्रत्येक पारितोषिकाचा, सन्मानाचा उपयोग इतरांना हे दाखवण्यासाठी केला की, तुम्ही आवश्यक तितके परिश्रम घेतलेत तर यश तुमच्याही आवाक्यात आहे.

"जर एक धीरुभाई इतकं सगळं करून दाखवू शकतो तर विचार करा, असे हजार धीरुभाई या देशासाठी काय करू शकतील. अगदी जास्त नसले तरी एक हजार धीरुभाई तर निश्चितच असतील याची मला ठाम आणि पुरेपूर खात्री आहे." ते म्हणत असत.

त्यांचे हे शब्द वाया गेलेले नाहीत. आज अनेक उद्योजकांसाठी ते मापदंड बनले आहेत. त्यांनी उद्योगजगताच्या शब्दकोशात 'थिंक बिग' हा शब्दप्रयोग आणला. आज भारतीय लोक धैर्यानं उत्तुंग झेप घेत आंतरराष्ट्रीय स्तरावर यश मिळवत आहेत. आज आपण 'सेफ प्लेयर्स' ही आपली प्रतिमा झपाट्यानं पुसून टाकत आहोत. आज प्रत्येकाजवळच 'भव्य योजना' आहे. तुम्ही रस्त्याकडेला खाद्यपदार्थ विकणाऱ्या माणसाला विचारून बघा, तुम्हाला त्याच्या स्वप्नातलं उपाहारगृह दिसेल, तुम्ही एखाद्या वाहनचालकाशी बोलून बघा, तुम्हाला वाहनांच्या ताफ्याचा मालक उदयाला येत असलेला पाहायला मिळेल. 'थिंकिंग बिग' हे सूत्र सगळीकडंच दिसतंय. अखेर, आशावाद रुजला आहे.

आणि आपण सर्वजण त्यासाठी धीरुभाईंचे आभार मानले पाहिजेत. ते आशावादाचे सर्वोत्तम दूत होते आणि सदैव राहतील.

अडथळ्यांचे अडसर समोर उभे असले तरीही तुमच्या ध्येयांचा पाठपुरावा करा आणि प्रतिकूल परिस्थितीलाच संधी बनवा.

– धीरुभाई अम्बानी

धीरुभाईझम ११

प्रत्येक मनुष्यप्राण्यात तुम्हाला मित्र गवसू शकतो

धीरुभाईंचे शिपायापासून ते अध्यक्षापर्यंत सगळेच मित्र असत! माझ्या पाहण्यातलं हे धीरुभाईझमचं सर्वांत लोभस रूप आहे. समोरचा माणूस कुणीही असो– कुठल्याही जातीचा, कोणत्याही वर्गातला, कुठल्याही संप्रदायाचा असो– ते कुठल्याही माणसाशी सहज संवाद सुरू करत असत. त्यातील सर्वोत्तम भाग म्हणजे बहुतेक वेळा ते श्रोत्याच्या भूमिकेत असत. ते सुरुवातीचा संकोचाचा थंडगार अडसर मोडून काढत असत आणि मग या माणसांना बोलतं करत आणि... मग त्यांची प्रत्येक गोष्ट लक्षपूर्वक ऐकत असत. त्यांचं अत्यंत सक्रिय मन सतत शिकत असायचं. ते जेव्हा एखाद्या उत्पादनाची योजना आखायचे किंवा एखादा नवा उपक्रम सुरू करायचे तेव्हा ते नेहमी त्यांच्या चालकाला, शिपायाला, पानवाल्याला विचारायचे की, तुम्ही तुमच्या पैशाचं काय करता आणि ते त्यांच्या स्वप्नांवर, इच्छा-आकांक्षांवरून त्यांचं लक्ष ढळू देत नसत.

रिलायन्स इन्फोकॉम ज्यावेळी फक्त कागदावरच होतं त्यावेळीच धीरुभाईंचा हुकूम होता, की मोबाईल फोन पोस्टकार्डपेक्षाही स्वस्त झाला पाहिजे. त्यावेळी, म्हणजे २००० सालाच्या प्रारंभी मोबाईल फोनचा सरासरी दर होता सोळा रुपये आणि पोस्टकार्डाची किंमत होती पन्नास पैसे! यातलं

अर्थकारण बाजूला ठेवूया, मुद्दा असा की, सामान्य माणसाला काय हवं आहे ते त्यांना नेमकं ठाऊक होतं. कारण धीरुभाईंचे बरेच मित्र त्यांच्यापैकीच होते!

ते राष्ट्रप्रमुख, संस्थाप्रमुख, मातब्बर दिग्गजांशीही त्याच सहजतेने वागत असत. ते त्यांची मतं, दृष्टिकोन तितक्याच लक्षपूर्वक ऐकत असत, जिथं शक्य आहे तिथं स्वत: ज्ञान ग्रहण करत असत आणि त्यांना गरज असेल तेव्हा त्यांना मदत करत असत.

मला वाटतं ते प्रत्येक माणसाचे मित्र होते कारण त्यांना माणसांत खराखुरा रस होता. पैसा, सत्ता, ती असणं वा नसणं असल्या बाह्य गोष्टींचा त्यांच्या मतावर परिणाम होत नसे, कदाचित त्यामुळंच ते आमच्या खांद्यावर अगदी सहजतेनं हात टाकू शकत असतील किंवा कुठंही कुणालाही आयत्या वेळी भेटू शकत असतील. सर्वसाधारणपणे, सत्तेमुळं माणसांतलं अंतर वाढतं, पण धीरुभाईंच्या बाबतीत खचितच तसं घडत नसे.

ही गोष्ट एका प्रसंगात फार ठळकपणे दिसून आली. इकॉनॉमिक टाईम्स पुरस्कार प्रदान सोहळा होता. त्यात धीरुभाईंना 'लाईफटाईम अचिव्हमेंट' पुरस्कारानं सन्मानित करण्यात आलं. पुरस्कार जाहीर होताच लोकांनी उभं राहून टाळ्यांचा गजर केला आणि त्यापाठोपाठ, धीरुभाईंचं छायाचित्र घेण्यासाठी सगळ्या वृत्तपत्र-छायाचित्रकारांची झुंबड उडाली. तुम्ही कदाचित म्हणाल की, असं घडणारच, त्यात आश्चर्य ते कसलं, पण या प्रसंगात एक वेगळेपण होतं ते म्हणजे ते सर्वजण एकासुरात त्यांना "धीरुभाई, धीरुभाई" अशा हाका मारून त्यांचं लक्ष वेधून घ्यायचा प्रयत्न करत होते. त्यांनी त्यांचा उल्लेख सर्वसाधारणपणे अशा समारंभात अपेक्षित असतो तसा, म्हणजे 'सर' किंवा 'मिस्टर अम्बानी' असा केला नाही. त्यांच्या लेखी ते फक्त 'धीरुभाई' होते, तीच गोष्ट पंतप्रधान व राष्ट्रपती यांचीही होती.

मग धीरुभाई त्या सगळ्यांकडे पाहून स्नेहभरानं हसले आणि 'जरा धीर धरा, तुम्हाला हवा तसा फोटो देतो' असं त्यांनी प्रत्येकाला सांगितलं. अर्थातच छायाचित्रकारांना व्यासपीठावरच्या इतर सत्कारमूर्तींपेक्षा धीरुभाईंच्या बाबतीत खास स्वातंत्र्य लाभलं. संपादक, पत्रकार, वृत्तपत्र-छायाचित्रकार... अधिकारी परंपरेच्या उतरंडीत धीरुभाईंचे मित्र दोन्हीही दिशांना होते.

त्यांना ओळखणाऱ्या प्रत्येकाच्या लेखी ते 'अपना धीरुभाई' होते. धीरुभाईंपाशी इतकी जबरदस्त सत्ता व उत्तुंग स्थान असूनही त्यांची मनामनात पोहोचण्याची विलक्षण हातोटी होती, त्यामुळंच ते सर्वत्र प्रिय झाले होते.

मी लोकांवर विश्वास ठेवला आहे आणि त्यांनी माझ्यावर.
– धीरुभाई अम्बानी

धीरुभाईझम १२

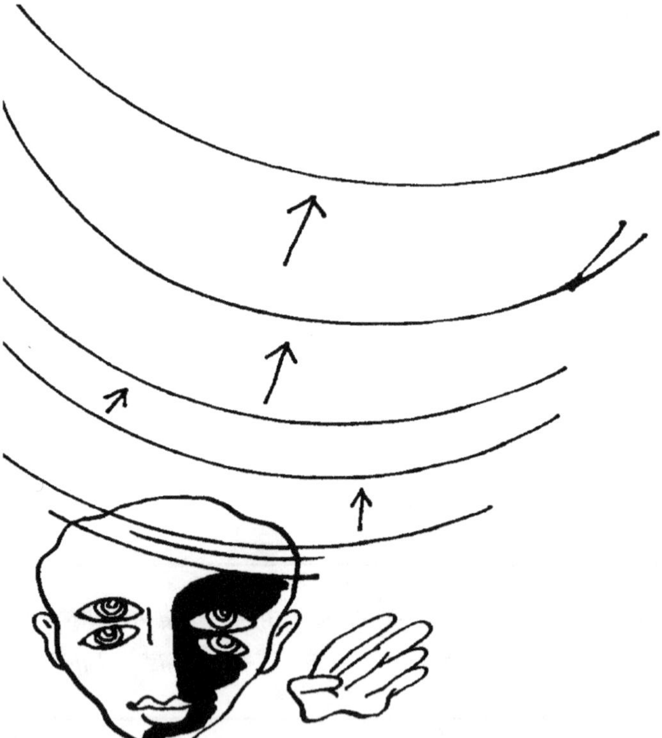

थिंक बिग

धीरुभाई एखादं उत्पादन बनवण्याची अथवा ते बाजारात आणण्याची घोषणा करायचे त्यावेळी ते दणक्यात आलं पाहिजे याची दक्षता घ्यायचे. आपल्या देशात अशी प्रथा नव्हती. धीरुभाईंनी मात्र नवा पायंडा पाडला... त्यांनी विलक्षण नाट्यमय व कल्पक घोषणा केल्या.

मी त्यांचा जाहिरात व्यवस्थापक या नात्यानं त्यांच्या निकट सान्निध्यात यांपैकी काही प्रकल्पांवर काम केलं आहे. त्यांनी त्यांच्या दर्शकांवर पाडलेली छाप आजही पुसलेली नाही, हे मी तुम्हाला खात्रीनं सांगू शकतो!

१९७०च्या दशकात ज्यावेळी फॅशन शोज्चं अस्तित्व मुख्यत्वे परदेशी मासिकांच्या पानांपुरतंच असायचं, त्यावेळी धीरुभाई व रिलायन्स 'विमल'च्या जाहिरातीसाठी देशभरात भव्य कार्यक्रम व रोड शो आयोजित करत असत. त्या काळी दृक्-श्राव्य (AV) सादरीकरण आणि दोन प्रोजेक्टर एव्ही एवढं म्हणजे भारदस्त सादरीकरण मानलं जात असे. त्याचवेळी 'विमल'च्या शोमध्ये सहा प्रोजेक्टर सादरीकरण असायचं. शिवाय ४०,००० वॅट्सचा बधीर करणारा 'साऊंड' आणि रॅम्प्सूवर पदन्यास करणाऱ्या मॉडेल असत! आता तुम्ही कल्पना करू शकाल... इतकं लोभस सौंदर्य, दृष्य परिणाम

आणि जणू काळीज थांबवणारं संगीत ऐकल्यावर दर्शक भारून जात असत. मग दर्शक या शोजूच्या प्रवेशिका व बैठक व्यवस्था यांकडे फारसं लक्ष न देता गर्दीनं जमा होऊ लागले तर त्यात आश्चर्य ते काय!

त्यानंतर ऐंशीचं दशक उजाडलं. हे दशक खासमूखास विमल शोरूम्सचं होतं. धीरुभाईंनी फक्त एका दिवसात १०१ आऊटलेट्स उघडली. ही सगळीच्या सगळी १०१ नावं मावण्यासाठी वृत्तपत्रात दोन्ही बाजूची पूर्ण पानं भरून जाहिरात द्यावी लागली होती. ही सर्वस्वी नवी वाट होती आणि अजूनही आहे. हे सगळं इतकं प्रभावी होतं, की अगदी आजही त्याची आश्चर्यानं चर्चा होते. एका पल्ल्यात शंभरी पार करण्याची ही झेप केवळ धीरुभाईच घेऊ शकतात!

हे सगळं कमी होतं म्हणून की काय, त्यांनी बेंगलोरमध्ये शोरूमचं उद्घाटन केलं त्यावेळी त्यांनी आश्चर्यचकित शहरवासीयांवर हेलिकॉप्टरमधून गुलाबाच्या पाकळ्या व माहितीपत्रकांचा वर्षाव केला होता... जवळजवळ सगळं शहर हा नेत्रदीपक सोहळा थक्क होऊन पाहात होतं. 'विमल' या अभूतपूर्व कल्पनेनं लोक आधीच प्रचंड भारावलेले होतेच, त्यानंतर त्यांना ६००० चौरस फुटांच्या चकचकीत शोरूममध्ये नेण्यात आलं. पुन्हा एकदा या साऱ्याचा जबरदस्त प्रभाव पडला... तो आजही टिकून आहे.

त्यानंतर ८ ऑक्टोबर १९८७ रोजी 'रिलायन्स कप'ला प्रारंभ झाला. यावेळी देशात प्रथमच क्रिकेट विश्वकप आला आणि कडव्या क्रिकेटवेड्यांच्या देशात धीरुभाई व रिलायन्स परमेश्वराच्या पदवीला पोहोचले... कदाचित हे अतिशयोक्त वाटू शकेल. ही ऐंशीच्या दशकातली महत्त्वपूर्ण घटना होती, त्यावेळपर्यंत कोणत्याही खाजगी कंपनीनं इतक्या मोठ्या स्तरावरचं काहीही प्रायोजित केलं नव्हतं. आपल्या देशात क्रिकेटच्या संदर्भात प्रथम पाऊल टाकणारी अग्रणी कंपनी म्हणून 'रिलायन्स'चं नाव सदैव राहील, हे सांगण्याची गरज नाही.

धीरुभाई अशा खर्चिक, नेत्रदीपक कृतींद्वारे देशाला सतत सुखद धक्के देत होते. त्याचवेळी ते पूर्वी कधी ऐकलं सुद्धा नसेल अशा जाहिरात बजेटद्वारे त्यांचा विमल हा 'ब्रँड' सुस्थापित करत होते. १९७७ साली आमचं वार्षिक बजेट होतं ३ कोटी रुपये, त्यावेळी आपल्या देशातील कापड क्षेत्रातील एकूण जाहिरात बजेट होतं १० कोटी रुपये. त्यावेळी

कुठल्याही सर्वसाधारण कापड ब्रँडचं वार्षिक जाहिरात बजेट ४० ते ५० लाखांच्या पुढं नव्हतं. दूरचित्रवाणीवरच्या खिळवून ठेवणाऱ्या जाहिराती, दैनिकांतील महागड्या रंगीत जाहिराती, मासिकांतील बहुधा एकमेवाद्वितीय असाव्यात अशा दुपानी जाहिराती, दुकानांतील पोस्टर्स... या साऱ्यांमुळं ग्राहकाला ३६० अंशात नेत्रसुखद मेजवानी मिळाली आणि हे सगळं लोकांच्या मनात धीरुभाईंच्या इतर उपक्रमांसारखंच रेंगाळत राहिलं... पुढं अनेक वर्षं...

त्यांचं नेत्रदीपकतेवर सतत लक्ष असायचं. त्याचं रिलायन्सची 'ब्रँड इमेज' तयार होण्यात प्रचंड योगदान आहे. आज धीरुभाई व रिलायन्स म्हणजेच अकल्पनीय व नेत्रदीपक असं समीकरण बनलं आहे, पण या काही प्रसिद्धीच्या मनमानी युक्त्या नव्हत्या. सत्तर व ऐंशीच्या दशकातील मार्केटिंग व जाहिरातीच्या झंझावातानं या कंपनीच्या भव्य साम्राज्यविस्ताराचा महत्त्वपूर्ण पाया रचला होता. भव्य व नेत्रदीपकतेची फळं मिळतात हे धीरुभाईंनी सिद्ध करून दाखवलं.

जे लोक स्वप्नं पाहायचं धाडस करतात, त्यांना जिंकायला अख्खं जग आहे... स्वप्नं पाहा आणि धाडस दाखवा.

– धीरुभाई अम्बानी

धीरुभाईझम १३

तुमच्या स्वप्नांवर पकड ठेवा...

तुमच्या स्वप्नांवर पकड ठेवा, मग ती सत्यात उतरतीलच उतरतील. याचं जितंजागतं उदाहरण म्हणजे धीरुभाई अम्बानी. आज जग त्यांना ओळखतं ते उत्तुंग यश संपादन केलेली कर्तृत्ववान व्यक्ती आणि भारताच्या जागतिक दर्जाच्या नेत्रदीपक प्रकल्पांचे निर्माते म्हणून. पण धीरुभाईंना सामान्य मध्यमवर्गीय कुटुंबाची पार्श्वभूमी होती हे बहुतांश लोकांना माहीत नाही. अवघ्या मॅट्रीकपर्यंतच्या शिक्षणाच्या पुंजीवर त्यांनी ॲडेनचा रस्ता धरला. तिथं त्यांनी ए.बेस्सी ॲन्ड कंपनीत काम केलं. ही कंपनी 'शेल'ची वितरक होती. तिथं ॲडेन बंदरात नांगरलेल्या जहाजांना वंगणं आणि तेलाचे नमुने विकत असताना धीरुभाईंना आपल्याला नेमकं काय करायचं आहे त्या चित्राची झलक दिसली... त्यांना स्वत:ची रिफायनरी उभारायची होती. त्यावेळी ते अवघे विशीत होते. त्यानंतर प्रदीर्घ काळानं, १९९५ साली त्यांनी वयाच्या त्रेसष्टाव्या वर्षी त्यांचं स्वप्न साकार केलं... त्यांनी रिलायन्स जामनगरची भूमीपूजा केली. ही होती जगातील सर्वांत मोठी सामान्य माणसाची रिफायनरी– धीरुभाईंचं स्वप्न! धीरुभाई अपवादात्मक कुवतीची व्यक्ती होते ही गोष्ट स्पष्टच आहे, त्यांच्यापाशी विलक्षण दृष्टी होती यातही शंकाच नाही, पण त्याहून महत्त्वाची गोष्ट म्हणजे त्यांच्यापाशी

अपूर्व दृढ निश्चयाचं बळ होतं, त्यांनी त्यांच्या स्वप्नाची कास कधीच सोडली नाही.

त्यांच्यापाशी तांत्रिक शिक्षण नव्हतं, आर्थिक पाठबळ नव्हतं, सुरक्षा कवच नव्हतं... ही यादी न संपणारी आहे. पण त्यांनी समोर आलेल्या प्रत्येक अडथळ्यावर मात करून मार्ग काढला. त्यांनी त्यांच्या बलस्थानांवर लक्ष केंद्रित केलं. त्यांची बलस्थानं म्हणजे शिकण्याची तयारी, कठोर परिश्रम घेण्याची कुवत, बाजारपेठेची माहिती घेण्यातली तत्पर जलद गती आणि विद्युतवेगानं प्रतिसाद देण्याची व पुढं मार्गक्रमण करण्याची क्षमता. तुम्ही कुठल्याही आघाडीच्या वृत्तपत्राचं दप्तर बघा, धीरुभाईंना किती भरपूर निंदक होते ते तुमच्या लक्षात येईल. त्यांनी उचललेल्या प्रत्येक पावलासोबत शंकाकुशंका, अफवा आणि आरोपांचा गलका उठला, पण धीरुभाईंनी रिलायन्सच्या उभारणीतला एकेक टप्पा यशस्वीपणे पार केला तसे हेच नकारात्मक शब्द स्तुतीसुमनांत परिवर्तित झाले.

धीरुभाईंना आपल्या लक्ष्यावर नजर खिळवून पुढं मार्गक्रमण करताना पाहून त्यांच्या निकट सान्निध्यात काम करणाऱ्या आम्हा सर्वांनाही खूप स्फूर्ती लाभली आणि आमच्यातही आमच्या स्वप्नांवर दृढ निश्चयानं पकड मिळवण्याची प्रेरणा जागली.

आम्ही 'मुद्रा'ला आरंभ केला त्यावेळी आमच्यापाशी फक्त ३५,००० रुपये होते आणि मनात स्वप्न होतं. आमचं पहिलं ध्येय होतं देशातील सर्वोत्तम कापड जाहिरात बनवायची. १९८० साली जाहिरात-राजधानी असणाऱ्या मुंबईपासून कित्येक मैल दूर अहमदाबादमध्ये छोट्याशा ऑफिसमध्ये बसून हे स्वप्न पूर्ण करणं अशक्य कोटीतलंच होतं. पण आमच्या चिकाटीला फळ आलं आणि आम्ही महान जाहिराती तर बनवल्याच, शिवाय आम्ही नऊ वर्षं इतक्या विक्रमी काळात देशातील पहिल्या तीन एजन्सीज्च्या पंक्तीत जाऊन बसलो.

हा अनुभव माझ्या पाठीशी असल्यामुळं धीरुभाईंनी अशक्य भासणारं स्वप्न सत्यात कसं उतरवलं ते मी जाणतो. पॉल कोइल्हो म्हणतात त्यानुसार, तुम्हाला जेव्हा एखादी गोष्ट आत्यंतिकतेनं हवी असते तेव्हा विश्व तुम्हाला साहाय्य करतं, तेच तुम्हाला योग्य दिशेनं प्रवृत्त करतं आणि तुमची इच्छा पूर्ण करण्यासाठी एकजूट करतं. तुमची तीव्र आतुरता तुम्हाला एक विशिष्ट सुस्पष्ट जाणीव देते, ज्यायोगे तुम्ही अडथळ्यांपलीकडचं पाहू

शकता आणि हे अडथळे तात्पुरते आहेत हे जाणण्याची क्षमता तुमच्यात निर्माण होते. बरेचदा लोक आत्ताच्या काळापलीकडलं पाहू शकत नाहीत त्यामुळे ते स्वप्न वाऱ्यावर सोडून देतात.

मात्र, विश्व तुमच्या बाजूनं उभं राहायला हवं असेल तर तुम्हाला तुमच्या स्वप्नांवर जलद पकड मिळवावी लागेल... या मार्गात तुम्हाला अनेक लोकांशी दोन हात करावे लागतील, बरेचदा हितचिंतकांच्या मुखवट्याआडचे लोक भेटतील, बरेचदा अशी परिस्थिती निर्माण होईल की जी तुमची कसोटी पाहील. तुम्हाला तुमच्या स्वप्नांपासून दूर नेण्याचा प्रयत्न करेल... पण तुम्हाला या साऱ्यातून पार व्हावं लागेल.

जलद पकड मिळवा, तुमची बलस्थानं जाणा... मग तुम्ही तुमचं सर्वांत अशक्य स्वप्नसुद्धा साकार करू शकाल.

प्रयत्नांची कास सोडू नका, धैर्यावर माझा ठाम विश्वास आहे.

– धीरुभाई अम्बानी

धीरुभाईझम १४

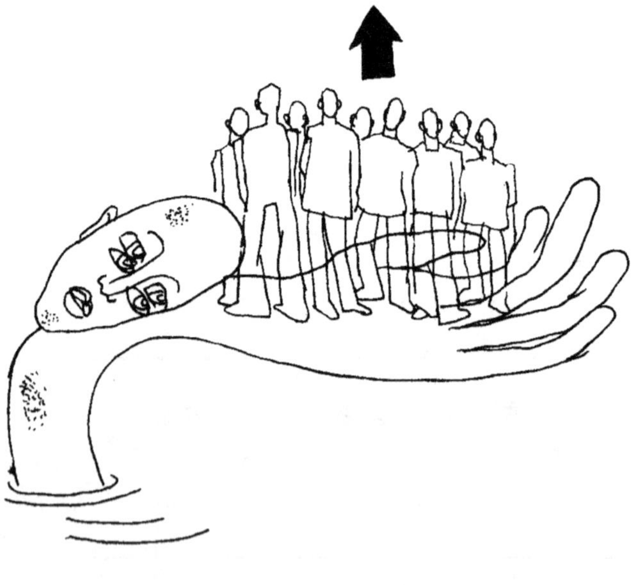

तुमच्या माणसांच्या भरवशावर धोका पत्करा

मी यापूर्वी उल्लेख केलाच आहे, त्याप्रमाणे माझी धीरुभाईंशी १९७५ साली भेट झाली. त्यानंतर वर्षभरानं मी त्यांचा प्रस्ताव स्वीकारून 'रिलायन्स टेक्स्टाईल इन्डस्ट्रीज'मध्ये (त्याकाळी ही कंपनी या नावानं ओळखली जात असे.) 'जाहिरात व्यवस्थापक'पदी रुजू झालो. त्यानंतर अवघ्या चारच वर्षांत त्यांनी मला थोडं बीजभांडवल दिलं आणि मला स्वत:ची जाहिरात एजन्सी सुरू करायला सांगितलं! धीरुभाई हे असे होते!

ते आमच्या... त्यांच्या माणसांच्या भरवशावर अशा पद्धतीनं धोके पत्करत असत. त्यांनी माझ्यासारख्या 'चार वर्षांच्या' माणसाच्या भरवशावर आपला पैसा आणि त्यांची नवीकोरी कंपनी सोपवली! (बाकी इतर कुठल्या कंपनीत मला अजून 'ज्युनिअर' मानलं गेलं असतं.) त्यांनी या एजन्सीची सगळी सूत्रं तर माझ्या हातात दिलीच, शिवाय त्यांनी माझ्यावर 'पूर्ण' विश्वास टाकला. मी 'पूर्ण' हा शब्द वापरतोय. ही अतिशयोक्ती नाही. ही वस्तुस्थिती आहे. त्यांनी मला केलेली एकमात्र आज्ञा म्हणजे– ''शक्य तितकी सर्वोत्तम कापड-जाहिरातनिर्मिती करा.'' त्यांनी मला कुठली आर्थिक लक्ष्यं आखून दिली नाहीत, माझ्यावर नजर ठेवली नाही की माझ्याकडं दैनंदिन अहवालांची मागणी केली नाही. मी 'मुद्रा'मध्ये माझ्या टीमला

नेहमी सांगतो त्याप्रमाणे त्यांनी माझ्याकडे खजिन्याची कुलूप-किल्ली सुपूर्द केली.

खरं तर त्यांच्या आपल्या माणसांच्या भरवशावर धोका पत्करण्याच्या तत्त्वज्ञानानं रिलायन्सच्या अतिभव्य साम्राज्याचा पाया घातला गेला. त्यांनी 'रिलायन्स नरोडा' सुरू केली त्यावेळी त्यांच्याकडे लहानशी टीम होती. त्यांचं तांत्रिक ज्ञानही तुटपुंजं होतं. मात्र धीरुभाईंनी त्यांनी निवडलेल्या लोकांवर संपूर्ण जबाबदारी सोपवली, त्याची त्यांना शतपटीनं फळं लाभली याची कारणमीमांसा अगदी सरळ आहे. जेव्हा एखादी व्यक्ती तुमच्यावर एखादं काम संपूर्ण विश्वासानं सोपवते त्यावेळी त्या व्यक्तीनं तुमच्यावर टाकलेला विश्वास योग्यच आहे हे सिद्ध करण्यासाठी तुम्ही तुमच्या आवाक्यातले व आवाक्याबाहेरचेही सगळे प्रयत्न करता.

असं अनेकदा घडलंय की आमच्यावर सोपवलेली जबाबदारी फार मोठी आहे असं वाटायचं. पण त्यावर त्यांचं उत्तर असायचं, "नाही, हे उत्तर नाही." हे वाक्य आम्हाला विचारप्रवृत्त करायचं. आमच्यात कार्यपूर्तीसाठी आवश्यक कुवतीपेक्षा अधिक कुवत आहे, हा त्यांना आमच्याबद्दल वाटणारा विश्वास आम्हाला प्रेरणा देत असे आणि आपण ही जबाबदारी पार पाडली पाहिजे असा आमचा निश्चय होत असे.

धीरुभाई, व्यक्ती व तिची पात्रता, कुवत यांचे चाणाक्ष पारखी होते. आम्हाला स्वत:ला सुद्धा ठाऊक नसलेली आमची कौशल्यं त्यांना मात्र दिसत असत. मात्र त्यांच्या विजयसूत्रामध्ये या आकलनशक्तीचा वाटा फक्त अर्धा होता. यातील अत्यंत महत्त्वाचा दुसरा घटक म्हणजे त्यांचं त्यांच्या माणसांच्या भरवशावर धोका पत्करण्याचं धाडस.

मी 'मुद्रा'च्या अध्यक्षपदी विराजमान झाल्यानंतर हेच तत्त्वज्ञान स्वीकारायचं ठरवलं, त्यावेळी याला किती धाडस लागतं ते माझ्या लक्षात आलं. असं करण्यात प्रचंड 'स्टेक्स' असतात. उदाहरणादाखल सांगायचं तर आम्ही 'विमल'शी संबंधित 'क्रिएटिव्ह वर्क' पुढच्या स्तरावर नेण्याचा निर्णय घेतला त्यावेळी आम्ही जाहिरात जगतातील ओळखीच्या व कसलेल्या सुपरस्टार्सकडे गेलो नाही, तर आम्ही तुलनेनं नवोदित पण आश्वासक वाटलेल्यांशी संपर्क साधला आणि त्यांना प्रयोग करण्याचं स्वातंत्र्य दिलं. अशा प्रकारे आपल्या सर्वांत अनमोल ग्राहकाचे पैसे घ्यायचे आणि ते अजून कधी अनुभव नसलेल्या बुद्धिमत्तेवर विश्वास ठेवून त्याच्याकडे

सोपवायचे ही छातीत धडकी भरवणारी गोष्ट असते, पण हीच माणसं काम ज्या उत्कटतेनं व आनंदानं करतात, ते केवळ अद्वितीय असतं. मला अशा प्रकारे विश्वास टाकण्याचा, धोका पत्करण्याचा कधीही पश्चात्ताप झालेला नाही. याचा अर्थ असे सगळेच प्रयोग यशस्वी झालेत असा नाही. पण जे यशस्वी झालेत त्यांचं फळ नुकसानापेक्षा कितीतरी जास्त... घसघशीत मिळालं आहे.

धीरुभाईंचं हे तत्त्वज्ञानही त्यांच्या इतर सगळ्या श्रद्धांसारखंच होतं. साधा-सरळ दृष्टिकोन. पण त्याला प्रचंड धाडस लागतं आणि त्याची फलनिष्पत्तीही नेत्रदीपक असते.

आम्ही माणसांच्या भरवशावर धोका पत्करतो.

– धीरुभाई अम्बानी

धीरुभाईइझम १५

सकारात्मक व्हा

धीरुभाईंचा जीवनपट जसजसा उलगडून पाहाल तसतसं तुम्हाला रिलायन्सच्या उभारणी प्रक्रियेत त्यांनी केवढ्या प्रचंड प्रतिकूलतेला तोंड दिलंय हे पाहून आश्चर्य वाटेल.

तरीही त्यांनी कधीच तक्रार केली नाही. एक प्रकल्प मार्गी लावण्यासाठी त्यांना परवाने, लाल फीत आणि नोकरशाहीच्या खडतर अडथळ्यांतून कसा मार्ग काढावा लागला, ते आपण सर्वजण जाणतोच.

तरीही आम्ही त्यांना कधीही कुरकुरताना ऐकलं नाही. त्यांनी आपल्या देशातील पायाभूत सुविधांचा अभाव किंवा पद्धती व प्रक्रियांचा अभाव किंवा उद्योगविश्वातील वैरत्वाचं वातावरण यांबद्दल कधीही चकार शब्द काढला नाही. 'मी माझा उद्योग परदेशात घेऊन जाईन', अशी त्यांनी कधी धमकी दिल्याचंही आम्हाला स्मरत नाही.

त्यांनी जे काही समोर आहे त्यातलं अपुरेपण स्वीकारलं होतं. पण त्याचा परिणाम आपल्या ध्येयाप्रत जाण्याच्या निश्चयावर होऊ दिला नव्हता.

''मी स्वत:ला मार्गशोधक मानतो. मी जंगलात रस्ता खोदून इतरांना चालण्यासाठी मार्ग तयार करतोय. मी करत असलेल्या प्रत्येक गोष्टीत

मला अग्रणी होणं आवडतं.'' त्यांनी एका भाषणात म्हटलं आहे.

मला वाटतं, अग्रणीपण त्यांच्या काळजातच होतं. त्यांच्या याच साहसी वृत्तीनं त्यांना प्रतिकूलतेवर मात करण्याचं बळ दिलं.

त्यांना त्यांच्या गिरण्यांच्या विस्तारीकरणासाठी अर्थसाहाय्य हवं होतं. पण बँकांनी वाटाण्याच्या अक्षता लावल्या त्यावेळी त्यांनी या लोकांना भविष्याबाबत काही दृष्टिकोनच नाही, अशी तक्रार करण्यात वेळ दवडला नाही, तर त्यांनी शांतपणे स्वत:च त्यातून मार्ग काढला. ते जनसामान्यांपर्यंत पोहोचले आणि त्यांचा हाच मार्ग भारतीय रोखेबाजाराचं चित्र पालटवणारा व लक्षावधी लोकांना घसघशीत लाभ देणारा ठरला.

१९८०च्या दशकात त्यांना पाताळगंगा येथील त्यांच्या पहिल्या प्रकल्पासाठी परवाने हवे होते, त्या काळी 'लायसेन्स राज' जोरात होतं. शिवाय, योजना आयोगानं साहित्य, भांडवल, मानवी साधनस्रोत, उत्पादनाशी निगडित सर्व निर्णय, वृद्धीची अगर कमी होण्याची क्षमता इत्यादीसाठी परवानगी घेणं बंधनकारक केलं होतं. पण धीरुभाई या प्रकल्प उभारणीतील अनावश्यक खडतर खटाटोपांनी खचले नाहीत... त्यांच्या भव्यदिव्य स्वप्नांवर याचा काहीही परिणाम झाला नाही. त्यांनी त्यांच्या नेहमीच्या पद्धतीनं वस्तुस्थिती स्वीकारून सगळ्या लाल फितींना तोंड दिलं आणि आपल्या उद्योगावर लक्ष केंद्रित ठेवलं.

त्यांची सकारात्मक वृत्ती इतकी विलक्षण होती, की त्याचा त्यांना स्वत:ला तर फायदा झालाच, पण त्यामुळे देशाचं आर्थिक भवितव्य नव्यानं घडण्यास मदत झाली.

त्यांना उर्वरित फळीत सहभागी होणं, अल्पध्येय ठेवणं आणि साऱ्याचं खापर परिस्थितीवर फोडणं सहज शक्य होतं, पण त्यांनी तसं अजिबात केलं नाही.

त्यांनी जागतिक दर्जाच्या क्षमतेचे प्रकल्प उभारले. देशातील बाजारपेठ ज्यावेळी अवघी ६००० tpa होती त्यावेळी त्यांनी पाताळगंगा इथं १०,००० tpaचा पॉलिएस्टर फिलामेंट यार्न (PFY) प्रकल्प उभारला. ही झेप इथंच थांबली नाही. ते जागतिक बाजारपेठेवर दक्ष नजर ठेवत

प्रचंड क्षमतेचे प्रकल्प उभारतच राहिले.

धीरुभाईंची जीवनकहाणी हे सकारात्मक वृत्तीच्या सामर्थ्याचं उत्तम, मूर्तिमंत उदाहरण आहे. आजचं 'रिलायन्स' त्याची साक्ष देतंय.

"माझा तरुण उद्योजकांना सल्ला आहे की प्रतिकूलतेचा कितीही तडाखा असला तरी हार मानू नका. आशा, आत्मविश्वास व दृढ विश्वास यांच्या बळावर नकारात्मक शक्तींना आव्हान द्या. महत्त्वाकांक्षा व पुढाकार घेऊन काम करण्याची वृत्ती अखेर यशस्वी होतेच हा माझा विश्वास आहे. नव्या सहस्रकांत भारतात परिवर्तन घडण्यासाठी तरुण उद्योजकांचं यश ही गुरुकिल्ली ठरणार आहे."

– धीरुभाई अम्बानी

समारोप

'धीरुभाईझम'चा आरंभ ३ फेब्रुवारी २००६ पासून झाला. मी 'बिझनेस स्टॅन्डर्ड'मध्ये दर पंधरवड्याला एक स्तंभ लिहायचो. या सदराला मिळणारा प्रतिसाद पाहून लक्षात आलं, की धीरुभाई आजही लोकांच्या स्मृतीत ताजेतवाने व जिवंत आहेत. मी फक्त इतकंच करू शकतो की, मी धीरुभाईंकडून जे काही शिकलो, त्याबद्दलच्या गोष्टी नव्या पिढीला– जे अधिक जाणून घेण्यासाठी उत्सुक दिसतायत– सांगू शकतो. पण मी लिहिलेल्या लेखांमधून त्यांचं समाधान झालेलं दिसत नव्हतं.

माझ्या काही वाचकांनी तर 'धीरुभाईजम्स'वर अख्खं पुस्तक काढावं अशी सुद्धा कल्पना सुचवली. मी जणू याचीच वाट बघत होतो. माझ्या मनात घुटमळणारी कल्पना त्यांनीच सुचवली. मग मी धीरुभाईंनी वेगवेगळे प्रश्न, अवघड परिस्थिती कशी हाताळली यावर छोटंसं मार्गदर्शक पुस्तक लिहायचं ठरवलं. मी जेव्हा काही अडचणीत असतो तेव्हा माझ्या मनात येतं, की आत्ता धीरुभाई माझ्या जागी असते तर त्यांनी काय केलं असतं? मग माझ्या लक्षात येऊ लागलं की धीरुभाईंसारखा विचार करायचा प्रयत्न करणं हे परिणामकारक तंत्र आहे! आणि त्याचा मला काही अडचणींवर मात करण्यास उपयोगही झाला. त्यांची माणसांशी निगडित कौशल्यं

खरोखर विलक्षण होती आणि त्यांची अडथळ्यांवर मात करण्याची क्षमता तर अलौकिक होती!

शिवाय, धीरुभाईंच्या इतका असामान्य नेता मला अजून भेटलेला नाही. दोन विरुद्ध ध्रुवांवरची माणसं एका टीममध्ये सामावून त्यांच्याकडून काम करून घेण्याची क्षमता या नेत्यामध्ये होती.

हे पुस्तक वाचायला तुम्हाला फक्त दीड एक तास लागेल. पण पुस्तक वाचून झाल्यानंतर तुमच्या लक्षात येईल की, भव्यदिव्य साध्य करण्यासाठी धीरुभाईंप्रमाणे फक्त साध्या-सोप्या तत्त्वज्ञानावर निष्ठा ठेवणं पुरेसं आहे.

त्यांचं तत्त्वज्ञान अतिशय साधं-सोपं आणि अतिशय मूलगामी होतं... त्यांच्या विश्वास ठेवण्याच्या क्षमतेसारखंच किंवा त्यांच्या विश्वास ठेवण्याच्या धाडसासारखं! हे अगदी सोपं वाटतं, पण आपल्यापैकी अनेकजणांना ते करणं शक्य होत नाही. धीरुभाई म्हणायचे की 'आम्ही माणसांच्या भरवशावर धोका पत्करतो.' त्यावेळी त्यांचं 'बोले तैसा चाले' असायचं. हे केवळ बोलण्यापुरतं नसायचं. ते खरोखर त्यांच्या टीमसोबत मोठमोठे धोके पत्करायचे. त्यासाठी विलक्षण धैर्य लागतं. पण त्यांचा विश्वास इतका परिपूर्ण आणि साधा-सरळ होता, की त्याची त्यांना अभूतपूर्व फळं लाभली. आपण त्यांचे तीन-चार जीवनमंत्र जरी अनुसरले तरी, ताबडतोब आपल्या जीवनात नाट्यपूर्ण बदल घडू लागलेले दिसतील.

आपण धीरुभाई बनण्याच्या दिशेनं वाटचाल करणं आणि आपल्या सर्वांमध्ये धीरुभाई शोधणं हीच या खऱ्या अर्थानं असामान्य असणाऱ्या माणसाला सर्वोत्तम आदरांजली ठरेल!

■

‘टेन मच’ या इंग्रजी पुस्तकाचा मराठी अनुवाद

असामान्य यशप्राप्तीसाठी दहा सामान्य सूत्रे

लेखक : **ए.जी. कृष्णमूर्ती** अनुवाद : **सुप्रिया वकील**

असामान्य यशप्राप्तीसाठी १० सामान्य सूत्रे
नशीब ही घटना असते. योगायोगानं घडणारी पण काळाच्या कसोटीवर खऱ्या उतरलेल्या विशिष्ट प्रक्रिया अत्यंत परिश्रमपूर्वक अनुसरल्या तर यश साध्य होऊ शकतं.... अगदी आखीवरेखीव, योजल्याप्रमाणे.
हे काही सुप्रसिद्ध व काही अगदी अपरिचित व्यक्तींच्या स्फूर्तीदायी यशोगाथांचं संकलन आहे. या व्यक्तींनी काही अगदी मूलभूत सूत्र अनुसरून अत्यंतिक प्रतिकूलतेवर मात केली आणि यश खेचून आणलं.

* स्वप्न पाहा. भव्य स्वप्न पाहा...
* तुमच्या उद्योगात प्रवीण बना.
* सकारात्मक बना.
* मी हे करू शकतो/शकते.
* पैसा हे जोडउत्पादन आहे.
* तुमच्या स्वप्नावर पकड मिळवा.
* तुमच्या टीम’च्या भरवशावर धोके पत्करा.
* आव्हानांचं स्वागत करा.
* प्रत्येकाची भरभराट झाली पाहिजे.
* आयुष्य फक्त एकदाच मिळते.